மொழியாக்கம்

ஒரு பாதை

சா.தேவதாஸ்

பரிசல் புத்தக நிலையம்

மொழியாக்கம் ஒரு பாதை

ஆசிரியர் : சா.தேவதாஸ்

முதல் பதிப்பு : பிப்ரவரி 2023

வெளியீடு : பரிசல் புத்தக நிலையம்

235, P-பிளாக், MMDA காலனி

அரும்பாக்கம், சென்னை - 600 106

பேச: 9382853646, 8825767500

மின்னஞ்சல்: parisalbooks2021@gmail.com

பக்க வடிவமைப்பு: யு.நிலா

அச்சாக்கம்: ரவிராஜா பிரிண்டர்ஸ், சென்னை

பக்கம்: 88

விலை: ரூ 100

MOZHIYAKKAM ORU PAATHAI

Author : S. DEVAD0SS

First Edition: February 2023

Published by: PARISAL PUTTHAGA NILAYAM

No.235, P-Block, MMDA Colony

Arumbakkam, Chennai - 600 106

Mobile: 93828 53646

E-mail: parisalbooks2021@gmail.com

Designed by: Y.NILA

Printed at: RaviRaja Printers, Chennai

ISBN: 978-93-91947-34-7

Pages: 88

Price: 100

எழுத்து, மொழியின் எலும்புகளை நொறுக்குவது போன்றது என ஓரான் பாமுக் குறிப்பிட்டால், மொழியாக்கம் அவற்றை மறுசீரமைப்பது ஆகும். அது எப்போதும் நிறைவேறாது, அப்படி நிறைவேறுகையில் அது கடல்களையும், கண்டங்களையும் தாண்டிச் செல்லும்.

—மினி கிருஷ்ணன்/
Mathrubhumi.com

கடவுள் பேசும் மொழி மௌனம்,
மற்றவையெல்லாம் மோசமான மொழிபெயர்ப்பே.

—தாமஸ் கீட்டிங்

முன்னுரை

மொழியாக்கங்கள் நிறையவே மேற்கொள்ளப்படுகின்றன. அந்த அளவுக்கு மொழியாக்கம் என்னும் நிகழ்வுப்போக்கு குறித்த விமர்சனங்கள்/ பரிசீலனைகள்/ விவாதங்கள் இல்லை. அவை நிகழும்போதே மொழியாக்கங்கள் இன்னும் துல்லியமாகும், செழுமை பெறும்.

ரிம்பா, ஃபளாபர் பாட்ரிக் மோதியானோ ஆகியோரை பிரெஞ்சு மொழியிலிருந்து ஆங்கில மொழிக்கு மொழிபெயர்த்து கொண்டு வந்துள்ள மார்க் பொலிஸோட்டி, "மொழியாக்கம் ஒரு கலை. ஒரு மொழியாக்கத்தை வாசிக்கையில், அது இரண்டாந்தர அனுபவம் ஆகிவிடாது. நூலின் ஆசிரியரை வாசிக்க வில்லை என்று ஆகிவிடாது. மூல ஆசிரியர் மொழிபெயர்ப்பாளர் ஆகிய இரு ஆசிரியர்களின் நூலை வாசிக்கின்றீர்கள். மொழிபெயர்ப்பாளர் நூலினை வாசித்து, விளக்கி, மொழியியல் அர்த்தம் தரும் வகையில் அதனை மறு உருவாக்கம் செய்கின்றார்" என்கிறார்.

டேனிஷ் கவிதைகளை ஆங்கிலத்தில் மொழிபெயர்க்கும் கேத்ரீன் ஜென்ஸென், " மொழியாக்கம். ஓர் இலக்கியப் படைப்பை மறு எழுத்தாக்கம் செய்வது. அதே நூலை எழுதுகின்றீர்கள். ஆனால் ஒரு வேறுபட்ட மொழியில் அதாவது, அதே நூலை அல்ல. அதன் உடன் பிறப்பை, ஆனால் இரட்டையில்லை," என்கிறார்.

பாதிலேரின் தீயமலர்களை ஆங்கிலமாக்கம் செய்து 1982 இல் தேசிய புத்தக விருது பெற்ற ரிச்சர்ட் ஹோவார்ட் "பெரும்பாலான கவிதைகளில் வரியை மொழிபெயர்ப்பது அநேகமாக சாத்தியமின்றி

இருப்பதால், ஒருவர் மொழி பெயர்ப்பது கவிதையே அல்ல, கவிதை என்ன சொல்கின்றது என்பதையே மொழி பெயர்க்கின்றார் அது மிக வேறுபட்டது. கவிதை குறித்த தொன்மத்தையே மொழி பெயர்க்கின்றார்'' என்று குறிப்பிடுகிறார்.

ஜெர்மனிய இலக்கிய மொழிபெயர்ப்பாளர் **சூஸன் பெர்னோஃபஸ்கி,** எழுத்துத் திறன்களை மேம்படுத்தும் கருவியாக மொழியாக்கத்தை மாணவர்களிடம் கொண்டு சேர்க்கிறார். ஆங்கிலம் என்ன செய்யக் கூடும்? ஆங்கிலத்தை என்னவெல்லாம் செய்ய வைக்கலாம்? என்று சிந்திப்பதற்கான வாய்ப்புகளை மொழியாக்கம் வழங்குகிறது. எழுதுவதில் தீர்க்க வேண்டியுள்ள அழகியல் பிரச்சனைகளை தீர்த்துக் கொள்ளுமாறு நிர்ப்பந்திக்கிறது.

``அகராதியில் அர்த்தத்தைப் பார்த்து முடித்து விடுவது மொழிபெயர்ப்பில்லை'' என்று கடுமையாக வாதிடுவார் **பெர்னோஃப்ஸ்கி** ஒவ்வொரு மொழிக்கும் அதற்கே உரித்தான இயங்குமுறை உள்ளது. எடுத்துக் காட்டாக ஜெர்மானிய மொழி, ஆங்கிலத்தை விடவும் நெகிழ்வான வாக்கிய அமைப்பை உடையது – ஆங்கில மொழி எழுத்தாளர்களுக்குக் கிட்டாத வழிகளில் வாக்கியங்களை சந்தத்திற் கேற்ப ஒழுங்குபடுத்த முடியும், வாக்கியத்தின் அர்த்தத்தில் மாறுதல் இல்லாமலேயே சொல் அமைப்பை நிறையவே மாற்றிப்போட முடியும்.

சில காவியங்கள் / காவியத்தன்மையிலான நவீனங்கள் ஏன் திரும்பத் திரும்ப மொழி பெயர்க்கப்படுகின்றன?

``ஒவ்வொரு காலமும், காவியங்களை தனது மொழியில் வடித்துக் கொள்ளட்டும், அவை மூலநூலின் துடிப்பைத் தக்க வைத்திருக்கும் வரை'' என்கிறார் **மோஸஸ் ஹடாஸ்.** சிலமொழி பெயர்ப்புகளே காவியத் தகுதி பெற்றிருப்பனும் **(கார்னெட்டின் அன்னா கரீனினா, ரபஸ்ஸாவின்** ஒரு நூற்றாண்டுத் தனிமை), மீண்டும் மீண்டும் அவை மொழி பெயர்க்கப் படுவதை நிறுத்தி விடுவதில்லை. மூலப்படைப்பு நின்று நிலைத்து, எப்போதும் இளமையாக

இருந்துவிட, மொழியாக்கம் வயதேறி, இடப்பெயர்ச்சி செய்யப்பட வேண்டியதாகிறது என்கிறார் ரபஸ்ஸா

இதுவரை எழுதப்பட்டுள்ளவற்றில் மிகப்பெரிய நாவலாகக் கருதப்படும் **டான்க்விஜோட்** ஆங்கிலத்தில் 12 தடவைகளுக்கு மேல் மொழியாக்கம் பெற்றுள்ளது. இவற்றுள் 2003 இல் **எடித் கிராஸ்மனின்** மொழியாக்கம் மிகவும் விவாதிக்கப்பட்டிருக்கிறது. இன்னொரு மொழிபெயர்ப்பும் வரவே செய்கிறது. இப்போது மொழிபெயர்த் திருப்பவர் **திமி டிரவ்பே.** இவர் **செர்வாண்டேயின்** கலையை மட்டுமின்றி, மொழியாக்கம் செய்யப்பட்டுள்ள பண்பாட்டு வரலாற்றுத் தருணத்தையும் கைக் கொண்டுள்ளதாகக் கூறப்படுகிறது. நான்கு ஆண்டுகளுக்கு முந்தையதோ நானூறு ஆண்டுகளுக்கு முந்தையதோ, ஒரு பிரதியை நாம் மொழிபெயர்க்கையில், அதன் துடிக்கின்ற இருதயத்தைக் கொண்டுவர முற்படுகின்றோம். துருவியாராய்ந்திடும் மனிதத்தின் குறிப்பிட்ட பகுதியை கொண்ட ரை முற்படுகின்றோம் புதிய சூழலில் புதிய வாழ்வில் நகைச்சுவையையும், பளிச்சிடும் ஒப்புமைகளையும், பிரச்சனைகளையும் **செர்வாண்டே** பரிசீலித்துக் கொண்டிருந்த விதத்தையும் தொடர்ந்து அதிர்வு கொள்ள வைப்பதே என்வேலை. கால வெளியைத் தாண்டி நாம் செய்யுமாறு மொழியாக்கம் அனுமதிப்பது அதுதான் என்கிறார் **டிரவ்பே.**

காவ்வினோ, மொழியாக்கம் தனக்குச் செய்துள்ள பங்களிப்பு குறித்து கூறியுள்ளதை இங்கே நினைவு படுத்திக் கொள்ளலாம்.

“மொழியாக்கம் இல்லையெனில் எனது நாட்டின் எல்லை களுக்குள்ளே கட்டுண்டு இருந்திருப்பேன். மொழி பெயர்ப்பாளர் எனது முக்கிய சகா. அவர் எனக்கு உலகை அறிமுகம் செய்து வைக்கின்றார்”.

வீரமாமுனிவர் மொழிபெயர்ப்பினை திருப்புதல் என்றார். தமிழுக்குப் புதிய தொடரினை அவர் எங்கிருந்து பெற்றார்? கிரேக்க மொழியிலிருந்து. கிரேக்கம் மொழிபெயர்ப்புக்கான சொல்லை, திருப்புதல் என்ற பொருளில் தந்துள்ளது.

மொழிபெயர்ப்பாளரை எழுத்தாளரின் நிலைக்கு கொண்டு வந்து, இருவரையும் அருகருகே நிறுத்திப் பாராட்டுவார் **பொலிஸோட்டி,** தமக்கே உரித்தான வழியில், ''மொழிபெயர்ப்பாளர்கள் படைப்பாக்க கலைஞர்களே; மொழிபெயர்க்கப்படும் ஆசிரியருக்குச் சமமாக, பங்காளராக இருப்பவர்களே. மிகவும் அழகாகக் கிடைத்துள்ள மொழியாக்கங்களுக்கு, அவற்றின் மொழிபெயர்ப்பாளரது ஆளுமை, அவற்றில் பிரகாசிப்பதும் தன்னை உணர வைப்பதுமே'' என்று விளக்குவார். **இத்ரா நோவேயைப்** பொறுத்தவரை, மொழிபெயர்ப்பு ஒரு இணைவுதான் அதுவன்றி நமக்கு அதியற்புதமான இலக்கியம் கிட்டியிருக்காது. பிறகேன்? இவ்வினையில் ஆனந்தமடையக் கூடாது?

இதிலிருந்து மாறுபடுகின்றவராக இருக்கிறார் ஸ்பானியச் சிந்தனையாளர் ஜோஸ் ஆர்டெகா ஒய் காஸ்ஸெட்.

ஒரு மொழியில் எழுதப்பட்ட நூல் திடீரென இன்னொன்றில் தோன்றுவது மாயாஜாலமாகபுரிந்து கொள்ளப்பட வேண்டுமா? அப்போது நாம் தொலைந்தோம். ஏனெனில், அது சாத்தியமற்றது. ஒரு மொழிபெயர்ப்பு அசல் பிரதியின் நகலில்லை; வேறு அகராதியைப் பயன்படுத்தி எழுந்த அதே படைப்பாகிட அது முற்படக் கூடாது. மொழிபெயர்க்கப்படும் பிரதியின் அதே இலக்கிய வகைமையைச் சேர்ந்ததும் இல்லை என்பேன். அது ஒரு தனித்த வகைமை, தனக்கேயான நெறிகளையும், நோக்கங்களையும் உடையது. ஏனெனில் மொழி பெயர்ப்பு அப்படைப்பே அல்ல, அதனை நோக்கிய பாதையே. அது ஒரு கவிதைப்படைப்பு எனில், மொழியாக்கம் ஒரு சாதனம், மூல நூலை மீண்டும் திருப்பாமல் அல்லது இடப்பெயர்ச்சி செய்யாமல், அதற்கு நெருக்கமாக நம்மைக் கொண்டு வரும் ஒரு தொழில் நுட்ப கருவியே.

புனிதநூலின் விளக்கவுரை எனப்படும் அணுகுமுறையில் மொழியாக்கத்தை விவாதிப்பவர் ஆர்டெகா. மொழியிடத்தே அவர் கொள்ளும் வேடிக்கை மிக்க அணுகுமுறை, அனைத்து அறிவின் தோற்றுவாயாக, ஆட்சேபிக்க முடியாத ஊடகமாக உள்ளது. மொழி

பெயர்ப்பில் இரு வாழும் யதார்த்தங்கள் குவிகின்றன, இருவேறு ஆன்மாக்களால் உருவாக்கப்படுகின்றன, இன்னொரு மொழியில் சில எண்ணங்களை வெளிப்படுத்துவதற்கான சிரமங்களை மட்டுமின்றி அவற்றை உள்வாங்குவதற்கான சிரமங்களையும் முன்வைக்கின்றன. இந்நோக்கில், மொழியாக்கம், விளக்கிவுரைக்கும் வகையில் ஓர் உள்ளார்ந்த சிரமத்தை முன்னனுமானிக்கிறது.

நல்ல எழுத்து, தொடரந்து இலக்கண நெறிகளை, நிலைபெற்ற பயன்பாட்டினை ஏற்கப்பட்டுள்ள மொழியின் விதிகளை மீறுகின்றது. அது சமூக சம்பிரதாயங்களுக்கு எதிரான விடாப்பிடியான கலகம், ஒரு கீழறுப்பு நல்ல எழுத்து குறிப்பிட்ட தீவிர துணிகரத்தைக் கொண்டுள்ளது. ஆனால் மொழிபெயர்ப்பாளர்கள் அடங்கிய நபர்களாகிடத் தேவைப்படு கின்றனர். அடக்கத்தின் காரணமாகவே இத்தகைய தாழ்ந்த பணியைத் தெரிவு செய்கின்றனர். இப்படி, இலக்கணத்தின் மாபெரும் ஒழுங்குமுறைச் சாதனமும், தரப்படுத்தப்படப் பயன்பாடும் அவர்கள் மீது கவிந்திருக்க, கலகத்தன்மையிலான பிரதியால் அவர்கள் என்ன செய்து விட முடியும்? இன்னொருவர் சார்பாக, கலகத்தன்மை கொண்டிருக்குமாறு அவர்களைக் கோருவது அதிகபட்சமான தில்லையா? மயங்கிவிழும் தன்மையே வெல்லும், அந்த இலக்கணத் தளைகளை நொறுக்குவதற்கு மாறாக, நேர்மாறானதையே செய்வார்கள், தரப்படுத்தப்பட்ட மொழியின் சிறையில் மொழிபெயர்க்கப்படும் ஆசிரியரைப் பூட்டி வைத்து விடுவார்கள்........

ஆர்டெகாவைப் போல அதே அணுகுமுறையில் விவாதிக்கிறார் **பிரொடரிக் ஸ்லோயர்மாகர் (1768–1834)**. இவர் ஒரு இறையியலாளர், செவ்விலக்கியவாதி மற்றும் மொழிபெயர்ப்பாளர்.

இவரது விவாதப் புள்ளிகள்;–

1) ஏற்கனவே என்ன புரிந்து கொள்ளப்பட்டுள்ளதோ, அந்த அர்த்தத்தையே கொண்டு வரமுடியும்.

2) மொழியாக்கம் எழுத்தாளர், மொழிபெயர்ப்பாளர், பெறுபவர் (வாசகர்) ஆகியோருக்கிடையிலான கலந்துரையாடல்.

3) எல்லா மொழிப் பயன்பாடும் தனித்த தருணத்தைக் கொண்டது.

4) புரிதல், மொழி, தனிநபர் ஆகியோரை வரலாற்று நிகழ்வாகப் பார்க்க வேண்டும்.

5) ஒரு மொழிபெயர்ப்பாளர் மூலநூல் ஆசிரியரை முடிந்த மட்டும் முழுமையாகப் புரிந்து கொள்ள வேண்டும். தாய்மொழியின் வரம்புகளுக்குள்ளேதான் ஒருவரின் வெளிப்பாட்டு ஆற்றல் நிகழும். அதாவது மூல ஆசிரியரும், மொழிபெயர்ப்பாளரும் தாய் மொழிக்கு வெளியே சிந்திக்கவோ, கருத்துகளை உருவாக்கிக் கொள்ளவோ இயலாது.

அது மொழிபெயர்ப்பாளர் சிந்திப்பது மொழிபெயர்ப்பது மற்றும் மூல ஆசிரியர் அசலாக உத்தேசித்துள்ளது என்பவற்றிற்கிடையே இடைவெளியை ஏற்படுத்தலாம்... ஒவ்வொரு மனிதமும் தான்பேசும் மொழியின் ஆற்றலில் இருக்கிறான்; அவனும் அவனது சிந்நனைகளும் அதன் விளைவுகள்.... அவனது கருத்துகளின் வடிவம், அவற்றை அவன் ஒருங்கிணைக்கும், விதம், இச்சேர்க்கைகளின் வரம்புகள் அனைத்தும் அவன் பிறந்து வளர்ந்த மொழியால் விதிக்கப்பட்டவை; அவனது அறிவும் கற்பனையும் அதனால் கட்டுண்டவை; மொழிபெயர்ப்பு / மொழியாக்கம் என்பதற்கான ஆங்கிலத் தொடர் அதன் வேர்ச்சொல் சார்ந்து ஏழு அர்த்தங்களைத் தருகிறது அகராதி.

1) இன்னொரு மொழிக்கு மாற்றுதல்.

2) மாறுபட்டுள்ள / இன்னும் புரிந்து கொள்ளும் படியான மொழியில் வெளிப்படுத்தல், விளக்குதல், விளக்கவுரை தருதல்.

3) கணித ரீதியிலான மொழிபெயர்ப்புக்கு உட்படுத்துதல்.

4) மரபணுத்தகவலை, குறிப்பாக மொழிபெயர்ப்புக்கு உட்படுத்துதல்

5) அகற்றுதல் / மாற்றுதல்

6) (ஒருவரை) விண்ணகம் கொண்டு செல்லுதல் (அ) நித்திய நிலைக்கு கொண்டு செல்லுதல்

7) இடமாற்றுதல் / தாங்கிக் கொள்ளுதல்.

ஆங்கிலம் மட்டுமின்றி, ஐரோப்பிய மொழிகள் அறிந்தும், சார்ந்தும் மொழிபெயர்ப்பு என்பது ஒருமொழியிலிருந்து இன்னொரு மொழிக்கு அர்த்தத்தை எடுத்துச் செல்வது என்று புரிந்து கொள்ளப்படுகிறது.

வேர்ச்சொல் ஆய்வு சாராம்சமான உண்மைகளை மறைத்து விடும். மொழிபெயர்ப்பாளர் (ஏதோ ஒன்றினை) எடுத்துச் செல்லுகிறார் (ஏதோ தடை தாண்டி); அவர் செய்யும் பணியை தொன்மையான மொழி தாங்கிச் செல்வதாகக் குறிப்பிடுகிறது; கொண்டு செல்வது அதன் உருவகம் என்று விளக்குகிறார் டேவிட் பெல்லோஸ்.

சீனாவில் மொழிபெயர்ப்பு வாயிலாக பெரிதும் பரவிற்று. மொழிபெயர்ப்பாளரின் வரலாறு தொன்மையானது. வரலாற்று அடுக்குகளின் ஊடே, என்னும் சீன மொழிபெயர்ப்பாளரின் அடையாளங்களை வைத்து, நான்கு விதமான பொருளமைதிகளை எடுத்துக் காட்டுகிறார் **டேவிட் பெல்லோஸ்.**

1) மக்களின் சொற்களை நாலாதிசைகளிலும் பரப்புதல்.

2) முறையாகப் பதிவு செய்வது, நாட்டின் வார்த்தைகளிலும் நாட்டுக்கு வெளியிலுள்ள வார்த்தைகளிலும் பரிச்சயம் கொண்டிருப்பது.

3) பரிமாறிக் கொள்வது அதாவது பரஸ்பரப் புரிதலுக்காக, ஒரு மொழியின் வார்த்தைகளால் இன்னொரு மொழி வார்த்தைகளால் இடப்பெயர்ச்சி செய்வது, மாற்றுவது.

4) ஒருவரிடம் இல்லாததற்கும் பதிலாக, பரிமாறுதலால் கிடைப்பதை வைத்துக் கொள்ளுதல்.

மொழியின் வரலாற்றை விடவும் பண்பாட்டின் வரலாறு, மொழிபெயர்ப்பின் பன்முகப்பட்ட முகங்களை அடையாளங்களை இதிலிருந்து அறிந்து கொள்ளலாம்.

பிரெஞ்சு மொழி சார்ந்து இன்னொரு அழுத்தமான உண்மையும் உள்ளது. பிரெஞ்சு தேசிய நோக்கங்களுக்கு சேவை புரிந்து வருவதுடன், சர்வதேசிய வாதத்திற்கும் துணை நிற்கிறது. அண்டோனின் வோவோடின் என்றும் புனைபெயரில் எழுதும் உடன் நிகழ்கால பிரெஞ்சு எழுத்தாளர் ஒருவர், தனது பூர்விக மொழிகளை அந்நிய மொழி போலப் பயன்படுத்த ஆசைப்படுவதாகக் குறிப்பிட்டுள்ளார். **வோலோடினைப்** பொறுத்தவரை, பிரெஞ்சு மொழி **ரேஸின், வால்டேரின்** மொழி மட்டுமல்ல. பிரெஞ்சு மொழிக்கு மொழி பெயர்க்கப்படுவது நீண்ட காலமாக மேற்கொள்ளப்பட்டு வருகிறது.

பிரெஞ்சு மொழி **புஷ்கின், சலமாவ், லிபாய், கார்ஸியா மார்க்வெஸின்** மொழியும் கூட தேசிய அடையாளம், வரலாறு, பண்பாட்டின் சிறப்புரிமை பெற்றவர்களிடமிருந்து விலகி வந்து, பிரெஞ்சு சமூகத்தின் பழக்கவழக்கங்களுடன் எந்தத் தொடர்புமற்ற, பண்பாடுகளையும், தத்துவங்களையும் அக்கறைகளையும் பிரெஞ்சு மொழி எடுத்துச் செல்கிறது. பிரெஞ்சு மொழி தன் இயல்பாகவோ வித்தியாசமாகவோ சர்வதேச மொழியாகவில்லை, மாறாக பிரெஞ்சு மொழிக்கு மேற்கொள்ளப்பட்ட மொழியாக்க நடைமுறையில், நவீன உலகில் சர்வதேசியத்தின் கருவியாக அதனை ஆக்குகிறது.

இதனை ஒட்டுமொத்த வரலாற்றிலிருந்து அறிந்து கொள்வது போல, தனியொரு மொழிபெயர்ப்பாளரது கூற்றிலிருந்தும் அறிந்து கொள்ளலாம். ரஷ்யப் பனுவங்களை ஆங்கிலத்தில் மொழியாக்கம் செய்யும் ரிச்சர்ட்பிவியர் (துணைவி லாரிஸ்காவுடன் சேர்ந்து) தனது மொழிபெயர்ப்புச் செயல்பாட்டுக்கான நோக்கமாகக் குறிப்பிடுகிறார்.

மொழிபெயர்ப்பாளராக நான் ஈடுபடத் தொடங்குவதற்கான ஆழ்மனதின் கருத்து, ஆங்கிலத்தை ஆற்றல் மிக்கதாக ஆக்குவதில் துணை நிற்பதாகும். ரஷ்ய நாவலை வாசிக்கும் போது தான் உணர்ந்துள்ள உணர்வுகளில் சிலவற்றை வாசகர்களுடன் பகிர்ந்து கொள்வதான ஆசைதான் அது என்கிறார்.

ஒரு சுவையான எடுத்துக்காட்டினை **டேவிட் பெல்லோஸ்** முன்வைக்கின்றார்.

19–ஆம் நூற்றாண்டின் இறுதியில், **பிராங்கோ** எகிப்தியரான **ஜோசப் சார்லஸ் மார்ட்ரஸ்** என்னும் போலி மருத்துவர் இருந்தார். அரேபிய இரவுகளுக்கு புதிய மொழிபெயர்ப்பு செய்தார், அரபி கற்றிருந்ததால். அது வணிக வெற்றி பெற்றதுடன் வர்த்தக வெற்றியும் பெற்றது. அக்காலத்தில் **மார்ஸ்ல்புரூஸ்** உள்ளிட்ட முக்கிய எழுத்தாளர்களை ஈர்த்தது. தன் அரேபிய இரவுகள் மொழிபெயர்ப்புக்கு The Thousand and One Night: A complete and Literal Translation of the Arabic Text என்று தலைப்பிட்டார்.

'தன் மொழிபெயர்ப்பு பற்றி அவரே குறிப்பிடுவது; நேரியதும் தர்க்க பூர்வமானதுமான ஒரேயொரு மொழியாக்க முறையே உள்ளது. நபர் சாராத, அதிகம் மாற்றப்படாத நேர்மொழிபெயர்ப்பு, அதுவே உண்மைக்கான மாபெரும் உத்தரவாதம். வாசகன் இங்கே தூய, நெகிழ்வற்ற வார்த்தைக்கு வார்த்தை மொழிப் பெயர்ப்பைக் காணலாம். அரபுப் பிரதியில் மாறியிருப்பது அட்சர வரிசையே; இங்கே பிரெஞ்சு மொழியில் இருக்கிறது. அவ்வளவுதான்'.

மார்ட்ரஸ் ஒன்றும் மொழிபெயர்ப்பு கோட்பாட்டாளர் இல்லை, மத்திய கிழக்கு மொழிகளின் அறிஞர்கள் அவரை மொழிபெயர்ப் பாளராகவும் ஏற்பதில்லை, மார்ட்ரஸின் சரளமானதும் சுவையானதுமான தொகுப்பில் உள்ள பல கதைகளுக்கும் பத்திகளுக்கும் பிரதியியல் ஆதாரங்கள் இல்லை என **சோரோபோன்** பல்கலைக்கழகத்தின் அரபுப் பேராசிரியர் நிறுவியுள்ளார். ஆனால் ஆந்த்ரேழீட் போன்ற

புகழ்பெற்ற எழுத்தாளர்கள். மூலநூலை விடவும் அசலானது என **மார்ட்ரஸின்** மொழிபெயர்ப்புக்கு ஆதரவளித்தனர்;

"இத்தகு மொழிபெயர்ப்பைக் கொண்டுவர, அரபு மனத்தையும் மேதைமையையும் உறுதிபட பிரதிபலித்திட ஒருவர் அரபு உலகில் பிறந்து வளர்ந்திருக்க வேண்டும். இத்தகைய கதைகளின் விஷயத்தையும் ஆன்மாவையும் கண்ணியமாக மொழிபெயர்த்திட இனவரைவியல் சமிக்ஞைகளுடனும் பொருத்தமான ஏற்ற இறக்கங்களுடனும் கதை சொல்லிகளால் உள்ளூர் மொழியில் அவை உரத்துப் பேசப்படுவதை கேட்டிருக்க வேண்டும்".

ஆக **மார்ட்ரஸின்** மொழியாக்கம் சாராம்சத்தில் வாய்மொழி ஆதாரத்தில் நேர் மொழிபெயர்ப்பு, பிரெஞ்சிலுள்ள அவரது எழுத்து வடிவம், அரபுப் பண்பாட்டின் பேச்சு வடிவம். அசலான அரேபிய இரவுகளின் பிரதியியல் ஆதாரத்தை கல்வி வளாக விமர்சகர்கள் வற்புறுத்தினால், பிரச்சனையில்லை, ஒரு நாள் என் பிரெஞ்சு மொழியாக்கத்தை அரபியில் மொழிபெயர்த்து அரபுப் பிரதியை முன்வைத்து விடுவேன், என்ற **மார்ட்ரஸின்** எதிர்வினை அசாதாரணமானது.

மேதைமை மிக்கது. இங்கே நிகழ்ந்துள்ளது படைப்பாக்க ரீதியிலான ஒரு நிகழ்ச்சிப் போக்கு பழமைக்கு மாறானது. அந்த மீறல், புனைவு ரீதியிலான படைப்பின் எல்லையற்ற பிரபஞ்சத்தில் நிகழ்வது. ஒன்றில் போலி முகம் கொண்டிருக்கும். ஒருவர், அதனையெல்லாம் களைந்துவிட்டு, நகல் எடுக்கும் வேலையை மற்றவர் மேற்கொள்ள, படைத்துக் காட்டுகிறார். மறு எழுத்தாக்காமல் செய்து விடுகிறார். பிரச்சனை, அவர் தன் மொழியாக்கத்தை A Complete and literal Translation என்றழைத்துக் கொள்வதில்தான்.

நேர்மொழிபெயர்ப்பு என மற்ற மேற்கத்தைய விமர்சகர்கள் அர்த்தப்படுத்துவது, அசலானதன்மை, உண்மை, அல்லது வெளிப்பாட்டில் தெளிவுடன் தொடர்பில்லாதது. உண்மையில் அது

வார்த்தைகளின் எழுத்து வடிவையே குறிக்கின்றது. இன்னும் குறிப்பாக, அகரவரிசையில் வார்த்தைகளின் பிரதிநிதித்துவத்தை, சிந்தனையைப் பத்திரப் படுத்துவதற்கான அத்தொழில் நுட்பம், ஒப்பிட்டளவில் புதியதாயிருக்க, பலநூற்றாண்டுகள் பரந்துபட பகிர்ந்து கொள்ளப்படாதிருக்க, தேவைகளின் பின்பற்றல்களின் (சட்டம், மதம், தத்துவம், கணிதம், வானியல், அவ்வப்போது மேட்டுக்குடியினரை மகிழ்வித்தல்) வரம்புக்குட் பட்ட எல்லையில் பயன்படுத்தப்பட்ட, எழுதப்பட்ட பிரதிகளின் எழுத்துத் தன்மைக்கு அதிகக் கௌரவம் அளித்தது அர்த்தமிக்கதாக இருந்தது". என்று **டேவிட் பெல்லோஸ்** ஒரு நுட்பமான விளக்கத்தை முன் வைக்கின்றார்.

ரஷ்ய இலக்கியவாதிகளுக்கு புதிய மொழிபெயர்ப்புகள் தந்து வருகின்றவர்கள் **ரிச்சர்ட் பிவியர்** மற்றும் **லாரிஸ்ஸா வோவோகோன்ஸ்தி** தம்பதியர்கள். டால்ஸ்டாயின் தலை சிறந்த படைப்பின் உண்மை நாயகன் ரஷ்யமொழியே. அது அவரது உண்மையின் குரல், என்று கூறுபவர்கள். டால்ஸ்டாயின் The Death of Ivan Ilyich & other Stories நூலினை ஏன் மொழிபெயர்க்கத் தெரிவு செய்தீர்கள்? என்ற கேள்விக்கு அவர்கள் தந்துள்ள பதில்; "டால்ஸ்டாயின் பிந்தைய கதைகளில் இவை மாபெரும் கதைகளாகும். உண்மையில், Hadji Murat என்னும் சிறிய நாவல் அவர் எழுதியிருப்பதில் மிக நேர்த்தியானது; அதனை அவர் அறிந்திருப்பதாகத் தோன்றுகிறது. அழகு பற்றிய கருத்துக்கு எதிராக அவர் சீறியெழுந்திருந்த போதும், தன்னை மீறியும் இதனை எழுதியிருக்க வேண்டும்; பிறவிக் கலைஞரான அவர் தனக்கே ரகசியமாக மிகவும் கச்சிதமான இவ்வழகிய படைப்பை எழுதியிருக்க வேண்டும். இலியட் அழகானது என்ற ரீதியில் அழகிய படைப்பு அது. எழுச்சியுடன் சொல்லப்பட்டு, ஆழமாக நெகிழவைக்கும் வேறுபட்டிருக்கும் Master and Man-ம் கச்சிதமான படைப்பே, குழந்தைகளுக்கான கதைப் புத்தகத்திற்காக எழுதப்பட்ட எளிமையான கதை. The prisoner of the Caucasus கூட மனதைத் தொடுவதாக மறக்க முடியாததாயிருக்கும். எப்படி நாங்கள் இவற்றை மொழிபெயர்க்க

விரும்பாதிருக்க முடியும்? மொழிபெயர்ப்புக்குத் தெரிவு செய்யும் நூல்களில் எது இப்போது அவசியமாகிறது? ஏன்?'' என்ற கேள்விக்கும் பதிலளிப்பதாக இது உள்ளது. கிடைப்பவற்றையெல்லாம் தெரிந்த வற்றையெல்லாம் மொழிபெயர்த்திடும் போக்கு மாற வேண்டும்.

இன்னொன்றையும் இவர்கள் தெரிவிக்கின்றனர். மொழிபெயர்ப்பாளன் இரண்டு அம்சங்களை மனதில் கொண்டிருக்க வேண்டும். முதல் அம்சம், வாசகன் என்ன நினைப்பான்? இரண்டாவது, ஆங்கிலத்தில் அதனை எப்படிக் கூறலாம்?..... இந்நிகழ்ப் போக்கில் குறைந்தபட்சம் உத்தேசத்தின் அளவுக்கு உள்ளுணர்வு உள்ளது. நல்லதொரு மொழிபெயர்ப்பாளன், எழுத்தாளனை விடவும் மிக பிரக்ஞை பூர்வமாக பின்பற்ற வேண்டும். இருந்தும் அசலின் உள்ளுணர்வு சார்ந்த சரியான தன்மைக்கு புதிய மொழியில் அவ்வளவு நெருங்கி வர வேண்டும். எழுத்தாளர் எவ்வளவு உயர்ந்தவராக இருக்கிறாரோ, அவ்வளவு மொழி பெயர்ப்பாளரும் நெருங்கி வர விரும்ப வேண்டும். அதுதான் இதிலுள்ள சவாலும் ஆனந்தமும், ஆனால் அச்சரியான தன்மை என்பது துல்லியமாக வரையறுக்க முடியாததாக இருக்கிறது, எனவேதான் நிச்சயமான மொழிபெயர்ப்பு என்பதாக ஒன்றில்லை.

***

இச்சிறு நூல் எடுத்துரைப்புப்பாணியில் இல்லாமல், ஒவ்வொரு கருத்தாக / புள்ளியாக அடுக்கப்பட்டுள்ளது. மாறுபட்ட பார்வைகள், வேறுபட்ட கருத்துகள் அப்படியே தரப்படுகின்றன. கோட்பாட்டாளர்களது விவாதங்கள் மேலோங்கியிராமல், எழுத்தாளர்களது அபிப்பிராயங்களும் கணக்கில் கொள்ளப்பட்டுள்ளன. தமிழில் மொழிபெயர்ப்பின் தீவிரம் தொடப்பட்டுள்ள இடத்திலிருந்து, இந்தியாவின் பிறமொழிகளில் விவாதிக்கப்பட்டுள்ள அம்சத்திற்கு நீட்சி கொண்டு, ஐரோப்பிய, அமெரிக்க ஸ்பானிய அணுகுமுறைகள் என விரிவு கொள்கிறது.

மொழிபெயர்ப்பு சரியில்லை / சரியானது என்பதைத் தாண்டி விவாதிக்க வேண்டிய விஷயங்கள் நிறைய உள்ளன. மொழிபெயர்க்கப்பட வேண்டியது தொன்மையான / புனிதமான பிரதி எனில் அங்கே நேர்மொழிபெயர்ப்பு போதாமை கொண்டுவிடும், அநேகமாக விளக்கவுரையே பொருத்தமாயிருக்கும், பின்காலனிய சூழலிலான எழுத்தில் மொழியாக்கம் மறு எழுத்தாக்கமாகி விடும்.

இந்தியா போன்ற 24 மொழிகள் பேசப்படும் நாடுகளில் மொழிபெயர்ப்பின் தேவையும் அவசியமும் இன்னும் அதிகம் என்பது உணரப்பட வேண்டும். திராவிடப் பல்கலைக்கழகத்திலும் தஞ்சாவூர் தமிழ் பல்கலைக்கழகத்திலும் தென்னகத்தில் மொழிபெயர்ப்பு துறை சார்ந்துள்ளது. அசோகா பல்கலைக்கழகம் போன்றவற்றில் தனித்துறையாக அதன் கனபரிமாணத்துடன் நடத்தப்படுகிறது. கல்லூரிகளில் இது இன்னும் விரிவு பெற வேண்டும், பரவலாக வேண்டும். திசை எட்டும் இதழ் போல மொழிபெயர்ப்புக்கு பிரத்தியேகமாக விளங்கும் இதழ்கள் / ஆய்விதழ்கள் / விவாதக் களங்கள் முடுக்கிவிடப்பட வேண்டும்.

2020 அக்டோபர் 30-இல் கௌதம சித்தார்த்தனால் முன்னெடுக்கப்பட்ட மொழிபெயர்ப்பு விவாதம் ஒரு நல்ல முன்னுதாரணம்.

20.11.2022

ராஜபாளையம். சா.தேவதாஸ்

மொழியாக்கம் ஒரு பாதை

(1) ஆப்பிரிக்காவில் நாங் இன மக்களை காட்டுமிராண்டிகள் என்று மானுடவியவாளர்கள் தம் ஆய்வில் பதிந்து வைத்தனர். நாங் என்பது அனைவரிடமும் இருக்கின்றது. அது புலப்படாத ஆவி. ஒருவரின் இறப்புக்குப்பின் ஏதேனும் மிருகத்திற்குள் நுழைந்துவிடும். எனவே நாங் மக்கள் விலங்கின் இறைச்சியை உண்பதில்லை.

அவர்கள் திருட்டினைத் தண்டிப்பவர்கள், பல குழந்தைகளின் தாயை மதிப்பவர்கள், கள்ள உறவு கொள்ளும் மனைவியின் விரல்களைத் துண்டிப்பவர்கள். தண்டிக்கப்பட்டவனை / வெற்றி கொள்ளப்பட்டவனை புசிப்பவர்கள். ஆண்டுக் கணக்கில் நாம் வளர்த்துள்ள பன்றியினையோ, கோழியினையோ தின்பதை விடவும் எதிரியைத் தின்பது மிகவும் இயல்பானதில்லையா என்கிறார் **எமில் லுட்விக்.**

நாங் மக்கள் குரூரமானவர்களாக சித்தரிக்கப்பட்டதற்கு, மானுடவியலாளரின் பொறுப்பற்ற தன்மையே காரணம். நயமான, கண்ணியமான சம்பிரதாயங்களை உடையவர்களை அச்சுறுத்தும் பயங்கரமிக்கவர்களாகக் கருதவைப்பது எவ்வளவு துரோகம்.

(2) பைபிள் மொழிபெயர்ப்புகள் நீண்ட வரலாற்றைக் கொண்டவை. கி.பி –4ஆம் நூற்றாண்டிலேயே தொடங்கி விடுகின்றன. புனித ஜெரோம் கிரேக்கத்திலிருந்தும் எபிரேயத்திலிருந்தும் லத்தீனுக்கு பைபிளை மொழியாக்கம் செய்கிறார். தமிழில் கூட பைபிள் மொழிபெயர்ப்புக்கு **300** ஆண்டு வரலாறு உள்ளது. அமெரிக்க எழுத்தாளர் ஜான் ஸ்டீன்பெக் ஒரு நுட்பமான மொழியாக்கப்

பிரச்சனையை எடுத்துக் காட்டுகிறார். அமெரிக்க மொழிபெயர்ப்பு 'பாவத்தை வெற்றி கொள்ள வேண்டும்' என்று கட்டளையிடும். பிரிட்டனின் கிங்ஜேம்ஸ் மொழியாக்கம் 'மனிதன் நிச்சயமாக பாவத்தை வெற்றி கொள்வான்' என உறுதியளிக்கும். ஹீப்ரு மொழி 'நீ வெல்லலாம்' எனத் திறந்த பாதையைக் காட்டும். கி.பி.78–ல் எருசலேம் தேவாலயம் தாக்கப்பட்டு, யூதர்கள் சிதறியடிக்கப்பட்ட போது பாலத்தீனத்தில் (கானானில்) எபிரேயம் இறந்த மொழியாயிற்று. இதனால் கிரேக்கத் திலுள்ள முதல் மொழியாக்கம் பிற அய்ரோப்பிய மொழியாக்கங்களுக்கு ஆதாரமானது.

ஜீவாத்துமா (ஆதி,2.7)வில் உள்ள ஆத்துமா எபிரேயத்தில் இல்லை. மனிதன் ஒரு ஜீவன் (ஓர் உயிர்) ஆனது என்பதே மூலம். மூச்சு, சீவன், உணர்ச்சி, ஆள்தன்மை என்று எபிரேயத்தில் சொல்வதை கிரேக்கம் ஆத்துமா ஆக்கிவிட்டது.

"தேவனாகிய கர்த்தர் மனுஷனைப் பூமியிலே மண்ணினாலே உருவாக்கி ஜீவசுவாசத்தினால் அவன் நாசியிலே ஊதினார். மனுஷன் ஜீவாத்துமாவானான்."

இது கிரேக்க வழி மொழியாக்கம்.

பிறகு "தேவனாகிய கர்த்தர் பூமியிலிருந்து மண்ணை எடுத்து மனிதனை உருவாக்கினார். அவன் மூக்கில் தன் உயிர்மூச்சினை தேவனாகிய கர்த்தர் ஊதினார். அதனால் மனிதன் உயிர் பெற்றான்."

இது எபிரேய வழிமொழியாக்கம்,

ஆக, கிரேக்க வழி மொழியாக்கத்தின் மூலம் யூத சிந்தனையும், கிரேக்க சிந்தனையும் உலகெங்கிலும் பரவிற்று.

அப்படியானால் மொழியாக்கப் பிரதி எந்த அடையாளத்தைக் கொண்டிருக்கும்?

"ஆதாரமொழி மற்றும் இலக்கு மொழி என்பவற்றின் கலப்புப் பண்பாடுகளின் விளைச்சலாக மொழியாக்கப் பிரதி அமையும், அது

ஒன்றாகவோ, இன்னொன்றாகவோ இருக்காது. இரண்டின் சேர்க்கையாக இருக்கும், அதனால் புதிய அடையாளத்தைப் பெற்றிருக்கும்'' என்கிறார் சி.விமலராவ்,

“இரண்டு குமிழிகள் இணையும் போது காணாமல் போகின்றன இரண்டுமே. மலர்கிறது ஒரு தாமரை'' என்பது போன்ற ஜென் நிகழ்வா அது.......

தரங்கம் பாடியிலிருந்து ஃபேப்ரியஸ் பாதிரியார் பைபிளுக்கு மொழியாக்கம் செய்தார். இலங்கையிலிருந்து பெர்சிவல் பாதிரியார் ஒரு மொழியாக்கம் மேற்கொண்டார். இரண்டையும் ஒப்பிட்டு ஒரு வாசகம் உச்சரிக்கப்பட்டது. ஃபேப்ரியஸ் மொழிபெயர்த்தார், பொருள் பெயர்க்க வில்லை; பெர்சிவல் பொருள் பெயர்த்தார், மொழிபெயர்க்கவில்லை.

(3) ஒடியமொழியில் மகாபாரத மொழியாக்கம் 15–ஆம் நூற்றாண்டில் கவிஞர் சரளதாசரால் (சித்தேஸ்வர் பரிதா) மேற்கொள்ளப்பட்டது. ஒரிய மக்களின் வாழ்க்கை முறை– பண்பாட்டுக்கேற்ப, அவர்களுக்குப் பொருத்தப்பாடு உடையதாக மறு எழுத்தாக்கம் செய்திருந்தார் அவர், ஆதார பிரதியில் இல்லாத சம்பவங்களை, பாத்திரங்களை சேர்த்துக் கொண்டதுடன் ஒரியச் சூழலில் / பின்புலத்தில் கதை செல்வதாகவும் அமைத்திருந்தார்.

18–ஆம் நூற்றாண்டில் ராஜு கிருஷ்ணா என்பவர் சமஸ்கிருதத் திலிருந்து ஒடியமொழிக்கு நேர் மொழியாக்கமாக, எந்த மாற்றமும் செய்யாமல் பாரதத்தைக் கொண்டு வந்தார். ஆனால் ஒரிய மக்களிடையே செல்வாக்குப் பெற்றிருப்பது சரளதாசரின் மொழியாக்கமே. சரளதாசரின் காலகட்டத்தில்தான் ஒரிய அடையாளம் எழுச்சி கொண்டு வந்திருந்தது.

(4) சீன மொழியில் 'மைமோசா' என்றொரு நாவல் உண்டு. ஜாங் ஜியான்லியாங் எழுதியது. 'மைமோசா' என்னும் தாவரம் வறண்ட நிலத்திலும் தாக்குப்பிடித்து வாழும். மருத்துவக் குணங்கள் கொண்டது. இப்பெயருடைய பெண், தன் தூய காதலால், கட்டாயப்பணி முகாமில்

வாழும் ஒரு கவிஞனது குழப்பங்களையும், நிராசைகளையும் பக்குவமின்மையையும் சரிப்படுத்தி அவன் தன் அகத்தைத் தாண்டிவர உத்வேகம் அளிக்கிறாள். 'நீண்டு வளர்ந்த கிளைகளால் இவ்வன்பான தேசத்தை மேலும் அழகானதாக்கி இருப்பதால், ஊழியர்களும், தொழிலாளர்களும் மைமோசா போன்றவர்களே' என்றும் ஓரிடத்தில் வரும்.

மைமோசா என்பது தொட்டாற்சிணுங்கி, எடுத்ததற்கெல்லாம் புண்பட்டு சுருங்கிவிடும் இயல்பைக் குறிப்பதாக தமிழில் உள்ளது. "தொட்டாற்சிணுங்கி" என்னும் திரைப்படத்திலும் இச்சுபாவம் உள்ள பாத்திரம் இடம் பெறும்.

சீனப்பண்பாட்டில் நேர்மறைப் பண்புள்ளதாகப் பாவிக்கப்படும். காரணம், வறட்சியிலும் தாக்குப்பிடிக்கும் தன்மை கொண்டிருப்பதும், மருத்துவக் குணங்கள் பெற்றிருப்பதும் தான்.

(5) 2010 இல் வெளிவந்த தனது 'மறுபக்கம்' நாவலை ஆங்கிலத்தில் மொழிபெயர்க்க, ஓர் ஆங்கிலப் பேராசிரியையிடம் ஒப்படைத்துள்ளார் எழுத்தாளர் பொன்னீலன். அம் மொழியாக்கம் ஆங்கில வடிவில் உள்ளதே தவிர, மற்ற அம்சங்கள் எதுவும் கவனத்தில் கொள்ளப்படாது இருந்துள்ளது. அந்த அனுபவத்திலிருந்தும் பொதுவாகவும் மொழியாக்கம் குறித்து அவர் முன்வைக்கும் அபிப்பிராயம்;

"மொழிபெயர்ப்பாளர் மொழிபெயர்க்கும் நூலின் உள்ளடக்கத்தை உள்வாங்கிக் கொண்டால் மட்டும் போதாது. புத்தகம் பேசும் மக்களின் சமூகச் சூழலை, அந்த மக்களின் பண்பாட்டை நாவலில் புழங்கும் மொழியின் வட்டார அழகை உள்வாங்கி, அதைத் கூடிய மட்டிலும் தான் மொழிபெயர்க்கும் மொழியில் வெளிப்படுத்தும் ஆற்றல் உள்ளவர்களாகவும் இருக்க வேண்டும்.... ஒரு சொல்லை எப்படிப் பயன்படுத்துவது? இந்தச் சொல் இன்றைய வழக்கில் உள்ளதா? பொருத்தம் உடையதா? இதைவிடச் சிறந்த சொல் இருக்கிறதா? இவற்றையெல்லாம் சரியாகப் பார்த்துத் திருத்தங்கள் செய்வதில் அக்கறை கொள்ள வேண்டும்.

(6) தமிழ்ச் சிறுகதைகளில் அழுத்தமான முத்திரை பதித்துள்ள புதுமைப்பித்தன், பிறமொழிக் கதைகளை அவ்வப்போது மொழி பெயர்த்துள்ளார். தான் மொழிபெயர்ப்பை மேற்கோள்ளக் காரணம் என்ன என்பதை இரண்டொரு இடங்களில் பதிவு செய்துள்ளார். தமிழ்நாட்டு வாசகர்களின் விருப்பு–வெறுப்புகளை மதித்து, கூடுமானவரை ஓரளவு கதைச்சத்து இருக்கக் கூடிய, ஆனால் அமைப்பு விசேஷங்களுடன் பொருந்திய கதைகளை மொழிபெயர்க்கத் தெரிவு செய்துள்ளார்.

“அயல்நாட்டுக் கதையைச் சொல்வதன் விசேஷ நோக்கம் என்ன?..... விசித்திர விபரீத உடையுடன், பாஷையுடன் காணப்பட்டாலும், அதற்கும் அப்புறத்திலிருந்து துடி துடிக்கும் மனித இயற்கையைக் காண்பிக்க முயற்சிக்கிறான்.”

7) ஆங்கிலம்–தமிழ் சென்னைப் பல்கலைக்கழக அகராதி, 1965–இல் Maverick தொடர்பான அர்த்தங்களை இப்படிப் பட்டியலிடுகிறது;

சூடிடப்பெறாத ஓராட்டைக்கன்று,

உரிய மேலாளரற்றவர்,

தான் தோன்றியாகத் திரிபவர்,

ஒத்திசையாதவர்.

ஆங்கில கட்டுரை ஒன்று, ஓ.பி. நய்யார் எனும் இந்தி இசையமைப்பாளர் பற்றிய கட்டுரையில் அவரை Maverick Musician என்று குறிப்பிட்டிருந்தது. Maverick என்றால் எதிர்மறையான பண்பு என்னும் மனப்பதிவு எனக்கு இருந்தது. காரணம் மேற்கண்ட அகராதி அர்த்தங்கள். நய்யாரிடம் என்ன எதிர்மறைக்குணம் இருந்திருக்கும் என ஒரு நெருடல் ஏற்பட்டது. ஆங்கில அகராதி The New Penguin English Dictionary யைப் புரட்டினால், ‘an independent and non-conformist’ என்னும் பொருளைத் தந்தது. புரிந்தது. ஆங்கிலம் தமிழ் அகராதி உடனடியாகக் குறிக்க வேண்டிய அர்த்தத்தை தந்துவிட்டு, அப்புறம் அச்சொல்லின் வரலாறு சேர்ந்த அர்த்தங்களைத் தந்திருக்க வேண்டும். மொத்தமாக அடுக்கி விடுவதால் இக்குழப்பம்.

சாமுவேல் ஏ.மாவெரிக் என்னும் அமெரிக்கர், தன் பண்ணையிலுள்ள கன்றுகளுக்கு முத்திரையிடாது இருந்தவர், அது வரிஏய்ப்புக்காக.

தமிழகராதி தந்துள்ள பட்டியலில் தவறொன்றும் இல்லை. எதனை முதன்மைப்படுத்துவது என்பதிலுள்ள தெளிவின்மை, குழப்பத்தைத் தந்து விடுகிறது.

(8)தமிழ் – ஆங்கிலம் இரண்டிலும் எழுதக்கூடிய நகுலன், மொழிபெயர்ப்பில் கிடைக்கக் கூடிய நன்மையையும் ஒருபிரதிக்கு ஒன்றுக்கு மேற்பட்ட மொழி பெயர்ப்புகள் ஏன் தேவைப்படுகின்றன என்பதையும் எடுத்துக் காட்டுகிறார்.

“மொழிபெயர்ப்பை எப்படிச் செய்ய வேண்டும்? நேரடியாகவா? எழுதப்பட்ட பாஷையின் இயல்புகளை ஒற்றியா? அல்லது மொழி பெயர்க்கப்படும் பாஷையின் இயல்புகளை ஒற்றியா? இதற்கு முடிவான ஒரு பதிலைக் கூற முடியாது. ஆனால் பாஷையில் அனுபவமும் மொழியும் புருஷனும் பிரகிருதியும் போல இணைந்திருப்பதால் இரண்டையும் இணைத்து மொழிபெயர்ப்பதுதான் உத்தமம். இங்கு கூட ஒரு நூதன அனுபவம். தமிழில் பல வார்த்தைகள் இருக்கின்றன. இதில் பல கலைஞனால் ஆளப்படாதவை. ஆனால் இத்தகைய வார்த்தைகளை தமிழில் மொழிபெயர்ப்பில் கொண்டு வரப்படுகையில், ஒரு நூதன உணர்ச்சி ஏற்பட்டாலும், மொழிபெயர்ப்பு கலாபூர்வமாக அமைந்தால், தமிழில் கூடுதல் வார்த்தைகள் எழுத்தாளனுக்கும் பொருத்தமான கருவிகளாக அமைந்து விடுகின்றன. சில இடங்களில் நேரடி மொழிபெயர்ப்பு சாத்தியமாவதில்லை. இது ஒருவகையில் மொழிபெயர்ப்பாளனின் திறமையைப் பொறுத்தது. எனவே ஒரு நூலின் ஒன்றிற்கு மேற்பட்ட மொழிபெயர்ப்புகள் அவசியம் மேலும் ஒரு படைப்பை என் மொழியில் மொழிபெயர்க்கையில் அந்தப் படைப்பை இன்னும் சற்றுக் கூடுதலாக அணுகுகிறேன்.”

(9) ஆண்ட்ரு நியூமன் என்னும் லத்தீன் அமெரிக்க நாவலாசிரியர் Traveller of the Century என்றொரு நாவல் எழுதியுள்ளார். ஒவ்வொரு கருத்திழையையும் ஒவ்வொரு சமூகச் சூழலையும் ஒவ்வொரு உணர்வோட்ட சாத்தியப் பாட்டையும் துருவி ஆராய்வதில் முனைப்புக் காட்டும் அனைத்தையும் தழுவிய எடுத்துரைப்பு என்பதால் முழுமைமிக்க நாவல் (Total Novel) என்று அடையாளப் படுத்தப்படுகிறது.

அத்துடன், புவியியலில் உறவு நிலைகளில் மொழியில் உள்ள எல்லைகளையெல்லாம் அழிப்பதற்கு அழைப்பு விடுக்கும் நாவல்.

அறிவார்த்த லட்சியவாதம்–குரூரயதார்த்தம், அசல்கள் மொழியாக்கங்கள், மெத்தனம் அமைதியின்மை ஆகியவற்றின் மோதல்கள் அடங்கிய நாவல்.

இதில் உள்ள புதுமை, மொழியாக்கச் செயல்பாடு பரஸ்பர கண்டறிதலுக்கான உருவகமாக இடம் பெறுகிறது.

“இவ்வாறு, உத்தேசமின்றியே அவர்கள் (சோபிஹான்ஸ்) பொதுமொழியை வளர்த்தெடுத்துக் கொள்கின்றனர், தாங்கள் வாசித்ததை மறு எழுத்தாக்கம் செய்கின்றனர், ஒருவரையொருவர் பரஸ்பரம் மொழிபெயர்த்துக் கொள்கின்றனர். எந்த அளவுக்கு சேர்ந்து இயங்குகின்றனரோ அந்த அளவுக்கு, காதலுக்கும் மொழியாக்கத்திற்கு மிடையே ஒத்த தன்மைகளைக் கண்டறிகின்றனர். ஒருவரைப் புரிந்து கொள்வதிலும் ஒரு பிரதியை மொழிபெயர்ப்பதற்கும் இடையே, ஒரு கவிதையை வெவ்வேறு மொழிகளில் மறு சொல்லாடல் செய்வதற்கும் அடுத்தவர் உணர்வதை வார்த்தைகளில் சொல்வதற்கும் இடையே ஒத்த தன்மைகளைக் கண்டறிகின்றனர்.....”

இங்கே மொழியாக்கம் என்பது மொழியைத் தாண்டிய பிரதியைத் தாண்டியதாக காதலுடன் இணைந்த உறவு நிலையாக விரிவு கொள்கிறது.

(10) சீனாவில் மொழிபெயர்ப்பென்றால் முதலில் கவனத்திற்கு வருபவர் ஜி ஸியான்லின். சமஸ்கிருதத்திலிருந்து இராமாயணத்தை சீன மொழிக்கு 4 ஆண்டுகளில் மொழிபெயர்த்து முடித்த சாதனையாளர். தேர்ந்த அறிஞர், மொழியாக்கம் சார்ந்து அவர் தனித்துவமான சில அம்சங்களை வற்புறுத்துகிறார்.

ஐரோப்பிய மொழியாக்கக் கொள்கை. சீன மொழியாக்க கொள்கையிலிருந்து வேறுபடும். ஐரோப்பியருடைய மொழியாக்கம், தனி நபர் போராட்டத்தில் குவிமையம் கொண்டு விடுவதால், மொழிபெயர்ப்பு ஆய்வு சார்ந்த நூல்கள் / விவாதங்கள் அதிகமுள்ளன. சீன முறை கூட்டுறவு முயற்சியில் குவிமையம் கொள்வதால், மொழியாக்கம் சார்ந்த நூல்கள் / விவாதங்கள் இல்லை.

இடப்பெயர்ச்சி செய்யப்படும் ஆரஞ்சு மரக்கனியின் சுவை மாறுபடுவதால், மொழிபெயர்ப்பும் கவிதையை கவிதை வடிவிலும் உரை நடையை உரைநடை வடிவிலும்தான் மொழியாக்கம் செய்ய வேண்டும்.

(11) ஊரடங்கின் முடக்க காலத்தில் நான் வாசித்த The Death of Virgil நாவல் ஒரு பேரனுபவத்தைத் தந்தது. இதன் ஆசிரியர் ஹெர்மன் ப்ரோக் நாஜிகளால் சிறைவைக்கப்பட்டு அறிவுஜீவிகளின் தலையீட்டால் விடுவிக்கப்பட்டு பின் அமெரிக்காவில் குடியேறியவர். தனது சிறை வாசத்தின் போது எழுதத் தொடங்கிய இந்நாவலில், இறப்பதற்கு 72 மணி நேரம் இருக்கும் வேளையில், விர்ஜிலின் நனவோட்டங்களைக் கைப்பற்றிட முற்படுகிறார். 500 பக்க நாவலில் சம்பவங்கள் இல்லை. நாடகப் பூர்வ மோதல்கள் முரண்கள் இல்லை. முற்றிலும் யூகவகைச் சிந்தனைகள் / நினைவோட்டங்கள். அப்பாலைத் தத்துவம் சார்ந்து. ஒரு வாக்கியம் நான்கைந்து பக்கங்களுக்கு நீட்சி கொள்ளும்.

ஜெர்மன் மொழியிலிருந்து ஆங்கிலத்தில் மொழிபெயர்த்துள்ள ஜீன் ஸ்டார் அண்டர்மெயர் ஒரு கவிஞர். நான்காண்டுகள்

பிடித்திருக்கிறது. இத்தகைய மொழியாக்க வேலை ஒரு தண்டனையாகத் தோன்றும். மாறாக, அவரோ தனது ஜெர்மானியப் பனுவலின் கவிதைக் கட்டமைப்பு, சிம்பனி போன்ற உருவாக்கம் முதலான சீரிய அம்சங்களை சிலாகித்துக் கொண்டே இருக்கிறார். வெளிப்பாட்டிலும், இலக்கண அமைப்பிலும் ஆங்கிலமும், ஜெர்மனியும் அவ்வளவு வேறுபட்ட மொழிகள் என்று மட்டும் குறிப்பிடுகிறார்.

சவாலான, கசக்கிப் பிழிந்தெடுக்கும் தனது பணியை, அண்டர்மெயரால் எப்படி 4 ஆண்டுகள் சகித்துக் கொண்டு மேற்கொள்ள முடிந்திருக்கும்?

மன்னன் **அகஸ்டஸை** புகழ்ந்து சமர்ப்பணம் செய்துவிடக் கூடாது என்பதற்காக தனது காவியம் **ஈனிட்** வெளிவரக்கூடாது என்னும் பொருட்டு தீவிர எண்ணச் சுழலுக்குள் விர்ஜில் சிக்கிக் கொள்கிறார்.

உயிருக்கும் மானுட கண்ணியத்திற்கும் அபாயம் சூழ்ந்த வேளையில், நிர்ப்பந்தத்தில் இதனை உரைநடையில் நாவலாக்குகிறார் ஹெர்மன் ப்ரோச்

இவ்விருவருக்கும் நேர்ந்த நிர்ப்பந்தங்கள் இல்லாமலேயே, ஒரு தண்டனையை அனுபவிப்பது போல அண்டர்மெயர் இம்மொழி பெயர்ப்பை ஏன் மேற்கொள்ள வேண்டும்?

....

(12) “நிலத்தின் விளிம்புக்கு” நாவலின் மொழியாக்கப் பணியும் ஏறக்குறைய இத்தகையதாகத்தான் இருந்திருக்க வேண்டும். (நிலத்தின் விளிம்புக்கு / டேவிட் கிராஸ்மன்/ தமிழில்: அசதா/ காலச்சுவடு) இருவேறுபட்ட மொழிகளின் சவால்களைத் தாண்டி வந்து, அதுவும் மூன்றாவது மொழி வாயிலாக, ஒரு பிரதியின் வார்த்தை சார்ந்த அர்த்தத்தை மட்டுமல்லாது, வாரத்தைகளுக்கிடையிலான வெளிகளையும் அவ்வெளிகள் உணர்த்தும் சாரத்தையும் கொண்டுவர

வேண்டும். இப்படியிருக்க, வாசக எதிர்வினை ஏதுமின்றிப் போனால் அது இன்னொரு தண்டனை இல்லையா? முதல் ஆயுள் தண்டனையை அனுபவித்து விடலாம். அடுத்த தூக்கு தண்டனையை எப்படி எதிர் கொள்வது அல்லது ஏன் எதிர் கொள்ள வேண்டும்?

(13) மேலோட்டமாகப் பார்த்தால், மொழிபெயர்ப்பு இரு மொழிகளுக்கிடையிலான ஒரு பரிமாற்றமாக உறவாகத் தெரிகிறது. **சுபோத்சர்கார்** என்னும் வங்கமொழி இலக்கியவாதி கவிதையோ புனைவோ, ஓர் அசலான படைப்பு மொழியாக்கத்தில் மறுப்பிறப் பெடுக்கிறது. புதியமொழியில் புதிய வாழ்வைத் தொடங்குகிறது என்கிறார். அப்படியா?

(14) மார்க்யூஸ் உள்ளிட்ட தலைசிறந்த ஸ்பானிய இலக்கிய வாதிகளின் பனுவல்களை ஆங்கிலத்தில் கொண்டு வந்து சேர்த்த ரபஸாவிடம் ஒரு கேள்வி முன்வைக்கப்படுகிறது. "இதுதான் இறுதியான அறுதியான மொழியாக்கம் என ஒன்றைக் கூற முடியுமா?" ரபஸாவின் பதில்;

"சில மொழியாக்கங்கள் மற்றவற்றைவிட மேலானவை. வெவ்வேறு மொழியாக்கங்கள் அவசியமே. மூலமொழிப்படைப்பு நீடித்து, எப்போதும் இளமையாயிருக்க, மொழிபெயர்ப்புக்கு வயதேறி, இடம்பெயரச் செய்யப்பட்டு விடுகிறது."

(15) இன்னோரிடத்தில் **ரபஸாவே** மொழிபெயர்ப்பாளனின் தனித்துவமான பாத்திரத்தை விதந்தோதுகிறார். "மொழிபெயர்ப்பாளன், இடைத்தரகன் மட்டுமல்லாது, தனித்துவமானவனாகவும் விளங்குகிறான். விமர்சகனாகவும் எழுத்தாளனாகவும், வாசகனாகவும் என இருவேறு உலகங்களில் ஒரே நேரத்தில் இருப்பான்."

இப்படிப் பாரதூரமான பாத்திரத்தை மொழிபெயர்ப்பாளன் வகிப்பினும், மொழிபெயர்ப்பு என்னவோ பிரச்சனைகள் நிரம்பியதாக, தீராது தொடர்வதாக இருப்பதேன்?

(16) ஒரு சில சொற்கள் குறிப்பிட்ட மொழிக்கே உரித்தானவையாக உள்ளன. மொழிபெயர்க்க இயலாதபடி, மொழியைத் தாண்டியிருக்கும் அந்த அம்சங்கள் என்ன?

Terroir என்னும் பிரெஞ்சுச் சொல் அத்தகையது. பொதுவாக நிலத்தைக் குறித்து, அந்நிலம் சார்ந்த பண்பாட்டைக் குறிக்கும். ஒவ்வொரு பிரதேச ஒயினுக்கும் ஒரு சுவை ஏற்படுவதால், அவ்வளவு விதமான ஒயின்கள் பிரான்ஸ் எங்கிலும் கிடைக்கின்றன. முதலில் நிலத்தையும், அதன் குணநலன்களையும் அர்த்தப்படுத்தி, அதன் வெளிப்பாட்டை அதனுடனான மானுட பந்தத்தைக் குறிக்கும் இச்சொல்.

ஒரு பிரதேசம் பெண்தன்மை மிகுந்திருந்தால், இன்னொன்று கடுமைத் தன்மை மிகுந்திருக்கும். இதுதான் ஒவ்வொரு ரக ஒயினுக்கும் வித்தியாசத்தை ஏற்படுத்துவது. பொதுவாக பிரெஞ்சு அடையாளமே, பிறரிடமிருந்து தாம் வேறுபட்டவர்கள் என்ற எண்ணத்திலிருந்து தோன்றுவதாகும்.

பாலிமொழியின் 'நிப்பாணா' அப்படியான சொல். பௌத்தத்தின் தனித்துவமான விழிப்புணர்வே / விடுதலையைச் சுட்டும் இச்சொல், வடிவ அளவில் சமஸ்கிருதத்தில் 'நிர்வாணா'வாகி அப்படியே பிறமொழிகளிலும் வழங்கப்படுகிறது.

போர்ச்சிகீசிய மொழியின் saudade (பால்ய ஏக்கம் போன்றதொரு பொருளுடையது) அப்படியானதொரு சொல்.

(17) மொழிபெயர்ப்பாளனின் சாபம், சரியான வார்த்தை கிட்டும் வரை காத்திருக்க வேண்டிய நிர்ப்பந்தம். தான் தேடும் அகராதியில் திருப்தியளிக்கும் பிரயோகம் / வார்த்தை கிடைக்காத பட்சத்தில் ஆயாசமடைந்து விடுவான். சில வேளைகளில் கிடைப்பதை வைத்துச் சமாளித்து விடலாம் என்று அவசரப்படுவதை விட, காத்திருந்து தேடி, அகராதி தராத பட்சத்தில், சூழலையையொட்டி புனைந்து கொள்வதும் உருவாக்கிக் கொள்வதுமே சிறப்பாக இருக்கும். சதா உருக் கொண்டு வரும் உயிரோட்டமான எழுத்தின் நிகழ்வுப் போக்கு எங்கிலும் அகராதி துணை புரிய இயலாது என்பதுதான் இதன் அடிப்படையா?

"அகராதிப் பொருளைவிட, பயன்படுத்தப் பட்டிருக்கும் சூழலில் தோன்றும் பொருளே சரியான பொருளாக அமைகின்றது என்பது என் அனுபவ உண்மை" என்கிறார் புவியரசு.

(18) தமிழின் சீரிய மொழிபெயர்ப்பாளர்களில் ஒருவர் திருலோக சீத்தாராம். திருச்சியில் நிலை கொண்டு சிவாஜி என்னும் இலக்கிய இதழை நடத்தி வந்தவர். வேதம், உபநிடதம், அரவிந்தர் என்று ஒரு புறத்திலும், நவீன எழுத்து என மறுபுறத்திலும் பரிச்சயமிக்கவர். **ஹெர்மன் ஹெஸ்ஸின் 'சித்தார்த்தன்'** நாவலை தமிழில் தந்தவர். ஒருநாள் ஹெர்மன் ஹெஸ்ஸின் இறப்புச் செய்தியை வானொலியில் கேட்டதும், ஏதோ உறவினர் ஒருவரின் இறப்புச் செய்தியாக அது அவரைப் பாதித்து, கிணற்றடிக்குச் சென்று முழுக்குப் போட்டிருக்கிறார்.

மூலநூல் ஆசிரியருடன் மொழிபெயர்ப்பாளர் இந்த அளவுக்குப் பிணைப்புக் கொண்டிருக்க முடியுமா என்பது அரிதே! **ஹெர்மன் ஹெஸ்** எழுதியுள்ள ஆன்மிகம் / தத்துவம் சார்ந்த விஷயம் இந்தியாவுக்குரியது என்பது திருலோக சீத்தாராமனை அந்த அளவு நெருக்கம் கொள்ள வைத்திருக்கிறது.

(19) 'சித்தார்த்த'னுக்கு இரண்டாம் மொழிபெயர்ப்பு வந்துள்ளது. முதல் மொழிபெயர்ப்பு துல்லியம் இல்லாதபோது / நிறைய பிரச்சனைகள் கொண்டுள்ள போது, இரண்டாம், மூன்றாம் மொழியாக்கங்கள் அவசியம். அவை வரவேற்கப்படும். இங்கே முதல் மொழியாக்கம் தனித் துவமானதாயிருக்க, அ. சிவனின் இரண்டாம் மொழிபெயர்ப்பு, ஒரு மொழிபெயர்ப்பு எப்படி இருக்கக் கூடாதோ அதற்கு எடுத்துக் காட்டாயிருப்பது. இது ஏன் நிகழ்ந்தது? எப்படி அனுமதிக்கப் பட்டிருக்கும்?

(20) பின்காலனியச் சொல்லாடலில், மொழியாக்கம் ஒரு விதத்தில் மறு எழுத்தாக்கம். தொகுப்பு நூல் தயாரித்தல், வரலாற்றியல் எழுதுதல், விமர்சனம், பதிப்பித்தல் போல. இக்கருத்தமைவை **ஆண்ட்ரே லெஃப்வெரே** மற்றும் **சூஸன் பாஸ்னெட்** என்னும் இருவர்

முன்னெடுத்துச் செல்கின்றனர். மறு எழுத்தாக்கம் சாதகமாகவும் அமையும், பாதகமாகவும் அமையும். சாதகமான போக்கில் நிகழும்போது, புதுப்புது கருத்தமைவுகளை இலக்கிய வகைமைகளை சாதனங்களை அறிமுகப்படுத்தும். அப்போது நாம் வாழும் உலகு குறித்து மாபெரும் விழிப்புணர்வு கிட்டும்.

குறிப்பாக, அய்ம்பதுகளில் – அறுபதுகளில் இயங்கிய ஏ.கே. கோபாலன் பப்ளிஷர். நோபல்பரிசு பெற்றவர்கள் உள்ளிட்ட உலகின் சிறந்த எழுத்தாளர்களது புனைவுகளை தமிழில் கொண்டு வந்துள்ளார் ஏ.கே. கோபாலன். நார்வே, ஸ்விடிஷ். ருஷ்யா, ஜெர்மன், இத்தாலி, பிரெஞ்சு, அமெரிக்கா, சீனா, ஆங்கிலம், ஹங்கேரி, பிலிப்பைன்ஸ், போலந்து என உலகின் குறுக்கு வெட்டுத் தோற்றத்தை எடுத்துக் காட்டுவதாய் உள்ளது அவரது நூல்களின் பட்டியல், வெளியிடும் நூலை அவர் முதலில் வாசித்து விடுவார். 'மதகுரு'வை வெளியிடுவது 10 ஆண்டு கால முயற்சியாக இருந்துள்ளது.

தற்போது தமிழில் நிலவும் மொழியாக்க வெளியீடுகள் எத்திசை வழியில் உள்ளன?

(21) இலக்கியம் சார்ந்து மேற்கொள்ளப்படும் அணுகு முறையினை புனிதநூல் சார்ந்து அப்படியே மேற்கொள்ள இயலாது. பாரதூரமான கால இடைவெளி, தொன்மையான மொழிக்கும், நவீனகால மொழிக்கும் இடையிலான மாற்றங்கள், வாசிப்பில் ஏற்பட்டுள்ள தன்மைகள், மறக்கப் பட்டுவிட்ட / மங்கிவிட்ட நம்பிக்கையச் சங்கள் இதற்குக் காரணம், பாலிமொழியிலிருந்து "தீக நிகாயம்" என்னும் மறைநூலை தமிழாக்கம் செய்யும் போது தான் மேற்கொண்ட அணுகுமுறையை மு.கு. ஜகந்நாத ராஜா இப்படிப் பதிவு செய்துள்ளார். "திரிபிடக நூல்களில் கூறியது கூறலாக வரும் நடைப்போக்கு, அக்காலத்தில் எழுதாக்கிளவிகளாக இருந்தமையால் அமைந்த ஒன்றாகும். விஞ்ஞானயுகத்தில் திரும்பக் கூறும் போக்கு முக்கியமாக எழுத்து வடிவம் பெறும் போது தவிர்க்கப்படல் வேண்டும்.

ஆதலின் மூலநூலின் கருத்தை ஒன்று விடாமல், திரும்பக்கூறலைத் தவிர்த்து, இந்த மொழிபெயர்ப்பைச் செய்துள்ளேன். பௌத்த தத்துவ ஞானச் சொற்கட்கு அடிக்குறிப்புகளில் சில இடங்களில் விளக்கம் தந்துள்ளேன்.''

சீன மரபிலுள்ள 'தாவோ தேஜிங்' பனுவலை தமிழில் தந்துள்ள சந்தியா நடராஜன், தன் தமிழாக்கத்துடன் உரைவிளக்கத்தையும் சேர்த்துள்ளார். கறாரான மொழிபெயர்ப்பாளர்களுக்கு இது சற்று 'அதிகப்படி'யாகத் தோன்றிடும். புனித நூலை, தொன்மையான பனுவலை, ஆன்மிக தத்துவம் சார்ந்த நூலை மொழியாக்கும் போது, அதன் அர்த்தத்தைக் கொண்டு வந்து சேர்ப்பதில் சிரமங்கள் அதிகம், சவால்கள் எழும். இதற்கான ஒரு உபாயமே மொழியாக்கத்தை மறு எழுத்தாக்கமாக மாற்றுகிறது.

தமிழின் ஆன்மிகப் பனுவங்களிலிருந்து மேற்கோள்காட்டி சந்தியா நடராஜன் விளக்கும் போது, எப்படியும் நழுவிப்போய்விடும் தாவோ ஒருவாறு பிடிபடுகிறது எனலாம்.

“சொற்பதம் கடந்த அப்பன்
சொற்பதம் கடந்த தொல்லோன் காண்க.”

என்ற மணிவாசகரின் திருவாசக வரிகளை ஈடு வைத்து 'தாவோ'வை விளக்குகிறார். சொல்பதம் எனபதற்குள் சிக்காது அப்பாற்பட்டதாக 'பெயரிட்டு அழைக்கக் கூடியது என்றைக்குமானதல்ல' என்பதை தொல்லோன் எனும் சொற்பொருளுக்குள் கொணர்வது அபூர்வமான வாசிப்பனுவத்தை அளிக்கிறது. வாசிக்கப்பட்ட வரிகளை நமக்கு நன்கு அறிமுகமான சொற்றொடரால் பொருண்மைப் படுத்தல் எனும் புதிய மொழியாக்க உத்தியைக் கொண்டு வருகிறார் நடராஜன் என விமர்சகர் எஸ். சண்முகம் இதனை அணுகுகிறார்.

(22) தமிழ். கன்னடம், ஆங்கிலம் ஆகிய மொழிகளில் ஆழ்ந்த திறன் மிகுந்த **ஏ.கே.ராமானுஜனின்** மொழிபெயர்ப்பு சார்ந்த

பங்களிப்பு கணிசமானது. அத்துடன் அவரது அணுகுமுறையும் வேறுபட்டது. தமிழிலிருந்தும் கன்னடத்திலிருந்தும் சங்கப் பாடல்களையும் பக்தி இலக்கியப் பாக்களையும் ஆங்கிலத்தில் தரும்போது, சுயேச்சையான செய்யுள் வடிவிலும் இன்றைய ஆங்கிலத்திலும் மொழிபெயர்த்தார். இன்றைய வாசகனின் வாசிப்புக்கு அது பொருத்தமாயிருக்கிறது. பெரிதும் உருவக மொழியிலான கவிதையை நேரிடையான மொழியில் தர இயலாது, "கவிதைகளே கவிதைகளை மொழிபெயர்க்கக் கூடும்" என்றார். கவிதைகள் மொழிபெயர்ப்பில் "முடிக்கப்படுவதில்லை, கைவிடப்படுகின்றன" என்றார்.

இந்திய வாய்மொழிக்கதைகளை ஆங்கிலத்தில் கொண்டு வருவதும், ஆங்கிலத்தில் நவீனக் கவிதை எழுதுவதும் கன்னடத் திலிருந்து **அனந்த மூர்த்தியின்** சமஸ்காராவை ஆங்கிலத்தில் மொழி பெயர்ப்பதுமாக பல தளங்களில் ஆய்வாளராக படைப்பிலக்கியவாதியாக தீவிரமாக அவர் இயங்கி வந்தது, அவரது பங்களிப்பில் தீவிரத்தையும், நுட்பத்தையும் சேர்த்தன எனலாமா? குறிப்பாக மொழிபெயர்ப்பில்.

"ஒரு மொழிபெயர்ப்பாளராக குறிப்பிட்ட பிரதியை ஒரு பண்பாட்டிலிருந்து இன்னொன்றிற்குக் கொண்டு செல்பவர், வாசகனை இரண்டாம் பண்பாட்டிலிருந்து முதல் பண்பாட்டிற்கு மொழி பெயர்க்க வேண்டியவராக இருக்கிறார்" என்பது அவரின் பார்வை.

உங்கள் மொழிபெயர்ப்புகள் மிகவும் புதிய படைப்புகளாகவே வாசிப்பைத் தருகின்றன. அநேகமாக உங்களின் கவிதைகள் போலவே மூலக்கவிதைகளின் ஆங்கில வடிவமாக அல்லாமல். திட்ட மிட்டே புதிய படைப்பாக்குகின்றீர்களா அல்லது மூலத்தின் உணர்வோட்டங் களையும் தொடர்பிழைகளையும் ஆங்கிலத்தில் கொண்டு வர முயலுகின்றீர்களா?" என எச். சிவபிரகாஷ் ஏ.கே. ராமானுஜத்திடம் ஓர் உரையாடலில் வினவுகிறார்.

ராமானுஜத்தின் பதில்;

“ஒரு மொழியிலிருந்து இன்னொன்றிற்கு அப்படியே வார்த்தைக்கு வார்த்தை கொண்டு வருவது சாத்தியமற்றது. அவை வேறுவேறு வடிவமைப்புகளை தொடர்களை தொடர்பிழைகளைக் கொண்டுள்ளன. மூலக் கவிதையை ஒட்டுமொத்தமாக உள்ளீர்க்கும் போது, அதன் குரலைக் கேட்கும் போது, அதன் தாளகதியை உன்னிப்பாகக் கவனிக்கும் போது அதனைத் தன்னுடையதாக்கி அப்புறம் புதிதாக உருவாக்கும் போது அவ்விசைவாக்கம் சாதிக்கப்படும். அப்போது மறுபடைப்பு என்பதை விடவும் மூலத்தின் அவதாரமாகிட முடியும்”.

-Through the Poet’s Eye

Maitreyi Karnoor/ Deccan Herald, 17.10.21 (9.8.1988 இல் AIRஇல் ஒளிபரப்பான நேர்காணலின் பதிவு).

(23) “நான் அறிந்த தமிழ், ஆங்கிலம், இந்தி ஆகிய மும்மொழி களில் எனக்கும் படிக்க கிடைத்தவை அனைத்தையும் என்னுடன் வாழும் தமிழ் மக்களுடன் பகிர்ந்து கொள்ள ஆசைப்படுகிறேன். இதற்காக எனக்குக் கிடைத்திருக்கும் ஒரே சாதனம் மொழி பெயர்ப்பு எனவே நான் இதனைக் கைக்கொள்ளாமல் இருக்க முடியாது...... ஒரு சக மனிதனை அவன் பேசும் மொழி புரியவில்லை என்பதைக் காரணம் காட்டிப் புரிந்து கொள்ளாமல் போய்விடக் கூடாது என்கிற அக்கறையில் பிறக்கிற சமூகச் செயல்பாடுதான் மொழிபெயர்ப்பு” என்கிறார் கவிஞரும் மொழிபெயர்ப்பாளருமான இந்திரன். மொழிபெயர்ப்பின் பங்களிப்பாக நீங்கள் எவற்றைக் கருதுவீர்கள்?

(24) இந்திரன் ஒரு விதியையும் முன்வைக்கிறார். பிறநாட்டுப் பழமொழிகளுக்குப் பதிலாக நமது பழமொழிகளை ஈடாகப் பயன்படுத்தக் கூடாது என. “Carrying Coal to New Castle” என்னும் ஆங்கிலப் பழமொழிக்கு ஈடாக “கொல்லன் தெருவில் ஊசி விற்றல்” என்பதைப் பயன்படுத்தினால், “நியூகேஸிலில் நிலக்கரி விளைகிறது என்பதால், அங்கே நிலக்கரியைக் கொண்டு செல்லத் தேவையில்லை” என்ற புதிய மொழியாடலும் நமக்குக் கிடைக்காமல் போய் விடுகிறது.

இந்திரனின் விதிக்கு ஒரு பாதி நியாயம் இருப்பினும், மரபுத்தொடர், சிலேடை, பழமொழி என அனைத்துக்கும் இதனை விதித்து விட முடியுமா?

(25) மொழி என்பதே அடிப்படையில் ஒரு மொழிபெயர்ப்புதான். முதலாவதாக அது வார்த்தைகளற்ற உலகில் இருந்து மொழிபெயர்க்கிறது. பிறகு ஒவ்வொரு குறியீடும் ஒவ்வொரு வாக்கியமும் மற்றொரு குறியீட்டின் மற்றொரு வாக்கியத்தின் மொழிபெயர்ப்பாகும் என **ஆக்டேவியோபாஸ்** மொழிபெயர்ப்பினை பிரதிக்கும் முந்தையதாக, மொழியின் ஆதார ஊற்றுக்கே கொண்டு போகிறார்..

அப்படியாயின் மொழி சார்ந்த வளமான மொழிபெயர்ப்புக்கு செழுமை சேர்க்கும் வேளையில், மொழி சார்ந்து சிக்கலான அமைப்பு, பிரச்சனைகளையும் முன்வைக்கத்தானே செய்யும்........

(26) "தோல்வியின் கலைதான் மொழிபெயர்ப்பு" என்கிறார். **உம்பர்தோ ஈகோ.** மூலப்படைப்பை விடவும் தனது நூலின் ஆங்கில மொழியாக்கம் (ரபஸா) மிகச்சிறந்தது என மார்க்யூஸ் குறிப்பிட்டுள்ளது ஒரு புறம் இருக்கவே செய்கிறது. அது ஒரு விதிவிலக்குதானா?

(27) புத்தரின் சரிதத்தை பாலிமொழியிலிருந்து ஆங்கிலத்திற்கு மொழிபெயர்த்த ஒருவர், காளான் உணவு உண்டு அது ஒத்துக் கொள்ளாமல் வயிற்றுப்போக்கு ஏற்பட்டு புத்தர் மடிந்தார் என்பதை பன்றிக்கறி உண்டதால் இறந்து போனார் என மொழிபெயர்த்ததாக ஒரு கதை உலவுகிறது. புத்தரை காளானோ பன்றிக்கறியோ கொன்றதை விடவும், இம்மொழிபெயர்ப்பாளர் கொன்றதே அதிகமாயிருக்கும் போலும்...

(28) "மாக்கியவல்லி-வரலாறும் சிந்தனைகளும்/ துறைவன்/ வானதி பதிப்பகம், 1987" என்ற நூலில் இளவரசன் (The Prince) மொழிபெயர்ப்பும் மாக்கியவல்லி தொடர்பான கட்டுரைகளும் சேர்ந்துள்ளன. மொழிபெயர்ப்பில் தனது அணுகுமுறை, தெளிவான

வாக்கிய அமைப்பு, பொதுவாசகன் புரிந்து கொள்ளும்படியான கலைச்சொற் பிரயோகங்கள் இடம் பெறுமாறு கவனம் கொண்டுள்ளார் துறைவன். நீண்ட கூட்டு வாக்கியங்களை தேவைப்படும் இடங்களில் பிரித்துக் கொள்கிறார். ஆனால் மாக்கியவல்லியின் தொனி நழுவி விடாதவாறு பார்த்துக் கொள்கிறார்.

"தேவரீரது திருப்பார்வையிற் படுவதற்குச் சற்றும் தகுதியற்றது எனினும், இந்நூல் தங்கள் பொருங்கருணையினால் உவந்து ஏற்றுக் கொள்ளப்படும் என்று நம்புகிறேன். இதனினும் சிறந்ததாக வேறு என்ன காணிக்கை என்னால் தந்திட இயலும்?" (பக்.37)

என்பது போன்றுள்ள உயர்வு நவிற்சியும் தொனியும், ஆங்கில மொழியாக்கத்திற்கு இணையாகவே அமைந்துள்ளது. இன்னொரு சுவையான குறிப்பையும் மொழிபெயர்ப்பாளர் தந்துள்ளார் முன்னுரை இறுதியில்.

"நூலில் வரும் இத்தாலிய மக்களின் விசித்திரமான பெயர்களும் ஊர்ப்பெயர்களும் ஓசைநயம் வாய்ந்து, குழலும் யாழும்போல் செவியில் தேனாக இனிக்கின்றன. வாய்விட்டு உரக்கச் சொல்லி அவைகளின் அழகைச் சுவைத்து மகிழலாம்"

இத்தாலிமொழிப் பெயர்ச் சொற்களின் இசை நயத்தை வாசகனின் கவனத்திற்கு கொண்டு வந்து விடுகிறார்.

பொதுவாக மொழிபெயர்ப்பால் கிட்டும் உபவிளைவு என்ன என்பதையும் சுட்டிக் காட்டுகிறார்.

"பிறநாட்டுப் பேரறிஞர்களின் அரசியல் கோட்பாடுகளை நாம் அறிந்து கொள்ளுதல் இன்றியமையாததாகும். அப்பொழுதுதான், திருக்குறளிலும் புறநானூற்றிலும் மற்றுமுள்ள தமிழ்க் காவியங்களிலும் காணக் கிடைக்கிற அரசியல் கொள்கைகளின் நாகரிக முதிர்ச்சியையும் ஏற்றமிகு சிந்தனைத் தெளிவையும் நாம் பூரணமாக உணர்ந்து போற்றக் கூடும் என்று தோன்றுகிறது (பக்.37)

அனைத்திந்திய வானொலியில் பணிபுரிந்துள்ளவர் என்பதால், புரிதல், தெளிவு நேயருக்கு / வாசகருக்கும் கிடைக்க வேண்டும் என்ற அக்கறை மொழிபெயர்ப்பாளருக்கு. ஓரிடத்தில் மட்டும் ஒரு நிரடல். Dominion என ஆங்கில மொழிபெயர்ப்பிலுள்ளதை, 'ஆதீன நிலங்கள்' என்று தருகிறார். பொதுவாக மடத்திற்கு உரிய நிலங்களே ஆதீன நிலங்கள். Dominion என்னும் போது 'ஆட்சிப்பகுதி' 'பண்ணைத் தனியாட்சி உரிமை' என்றவாறே பொருள்படும். இது அவ்வளவாக பிரச்சனை ஏற்படுத்தாத இடமே! சரியான சொல்லிற்காகக் காத்திருக்கும் மொழிபெயர்ப்பாளரின் பொறுமையின்மையால் இடம் பெற்றதாக இருக்கலாம்.....

(29) மோலியேரின் ஒரு பிரெஞ்சு நாடகம் "குப்பன் பித்தலாட்டங்கள்" என்ற பெயரில் தமிழாக்கம் செய்யப்பட்டுள்ளது. ஒரு பாத்திரத்தின் பெயர் 'குப்பன்' என்றே இடம் பெறுகிறது. மொழிபெயர்ப்பாளர் ஸ்ரீ ஸ்ரீ ஆசார்யா பிரெஞ்சிலிருந்து நேரடித் தமிழாக்கம் என்கிறார். நூலின் பிரெஞ்சுத் தலைப்போ / ஆங்கிலத் தலைப்போ தரப்படவில்லை. மோலியரின் நாடகத் தலைப்புகளை வைத்து, குப்பன் பித்தலாட்டங்கள் என்பது என்ன நாடகம், குப்பன் எந்தப் பாத்திரம் என அடையாளங் காண இயலவில்லை. நாடகம் நகைச்சுவை கொண்டிருப்பது சரி. நாடகத் தலைப்பிலும் நகைச் சுவையை இடம்பெறச் செய்து விடுகிறார் மொழி பெயர்ப்பாளர்.......

(30) ரஷ்யனிலிருந்து ஆங்கிலம் உள்ளிட்ட பிற மொழிகளுக்கு மொழியாக்கம் செய்து வரும் **சஷா துக்தேல், மரியா ஸ்டெபனோவா** என்னும் தனது அபிமானத்திற்குரிய எழுத்தாளரது படைப்பை மொழியாக்கம் செய்திடும் நிகழ்வுப் போக்கினை இப்படிப் பதிவு செய்கிறார்;

"மொழியாக்கம் உங்களிடத்தே ஏதோவொன்றை விசாலமாக்கு கின்றது. சமயங்களில் அது உடல் ரீதியில் உணரக் கூடியதாயிருக் கின்றது.... நாடகத்தை மொழிபெயர்க்கும் போது, வெவ்வேறு நபர்களின்

குரல்களை ஒலிக்கச் செய்வது மானுட அனுபவத்தின் / மொழியின் பிரம்மாண்டத்திற்குள் பயணிப்பதாக இருக்கிறது.... மரியா ஸ்டெபனோவை மொழிபெயர்க்கும் முன் நிறையவே யோசிப்பேன். கடைசியில் அநேகமாக கண்களை மூடியபடி, தத்துவம் கவிதையை என்வாயிலாகப் பாயும்படி அனுமதித்து விடுவேன்; என்னிட முள்ள மொழி வளங்களை பிரதியின் பொறுப்பில் விட்டு விடுவேன் உள்ளுணர்வு ரீதியில் மொழியாக்கம் செய்து விடுவேன்

(31) "நல்லமொழியாக்கம் எப்படியிருக்கும்?" என்ற ஒரு கேள்வியை சில எழுத்தாளர்கள் / விமர்சகர்கள் / மொழிபெயர்ப்பாளர் களிடம் முன்வைத்த போது, பலதரப்பட்ட குறிப்புகள் கிடைத்தன.

"நல்லமொழியாக்கம் அபிலாஷையாக இருக்கும் ஒன்றே–பரிபூரணம் எதிர்பார்க்கப்படும் இத்தொழிலில் ஒருபோதும் அது போதுமான அளவில் நல்லதாக இருப்பதில்லை" என்கிறார் **டேவிட் கோல்மர்.**

"நல்ல மொழியாக்கம் மூலப்பிரதியை அடிமைத்தனத்துடன் பின்பற்றாமல், அதன் உயிர்ப்பினைக் கைப்பற்றுவதே. இலக்குமொழியின் ஆதாரவளங்களையெல்லாம் கொண்டு, மூலப் பிரதியின் ஆற்றல், நுண்மை, குரல் ஆகியவற்றைக் கைப்பற்றுவதே. அர்த்தம் – இசை – ஆதாரப்பிரதி – இலக்குப் பிரதி சார்ந்திருத்தல் என்பவற்றிற் கிடையிலான அழுத்தத்தை தீர்த்து வைக்கும்" என்கிறார் பிரெஞ்சி லிருந்து ஆங்கிலத்திற்கு மொழிபெயர்க்கும் **ரோஸ் ஸ்வார்ட்ஸ்.**

(32) மொழிபெயர்ப்பின் சவால்களை அடிக்கோடிட்டு காட்டியதும், மொழிபெயர்ப்புக்காக தான் தயாராகும் விதத்தை இப்படி விவரிக்கிறார் டாக்டர் **முட்லு கோனுக்.** இவர் கவிஞர் ராண்டி பிளாஸிங்குடன் சேர்ந்து **நஸிம் ஹிக்மத்**தின் கவிதைகளை 6 தொகுதிகளாக துருக்கியிலிருந்து ஆங்கிலத்தில் மொழிபெயர்த்துள்ளவர்.

“பாத்திரங்களின் குரல்களை மொழி பெயர்ப்பில் கொண்டு வருவதுதான் பிரதானமான சவால், பாத்திரங்களிடம் தொனிவேறுபாடு இருக்கும், அவை பேசிடும் துருக்கியில் பல்வேறு வகைமை இருக்கும் வளர்த்தெடுக்க வேண்டிய பாத்திரங்கள் இருக்கும். இப்படி மொழிபெயர்க்க முற்படுகையில், ‘போரும் அமைதியும்’ நாவலை ஒருவாறு வாசித்து விடுவேன். நான் வாசித்திராத பண்பாட்டின் இதிகாச அம்சங்களைப் பெற்றிட, **ஜாய்ஸின் யுலிஸஸை** வாசித்தது நினைவில் இருக்கிறது. ஏனெனில் போரும் அமைதியும் நாவலின் அம்சங்கள் உள்ளிட்ட, இதிகாசங்களின் வழமைகள் எல்லாவற்றையும் ஹிக்மத் கொண்டு வந்திருப்பார். “மனித நிலவியல் காட்சிகள்” இதிகாசங்களின் வரலாற்றிலிருந்து வருகின்றன. **ஹோமரையும் விர்ஜிலையும்** கூட வாசித்தேன். **ஹிக்மத்தின் வீச்சினை** எட்டிட அது எனக்கு உதவிற்று”.

இப்படியான ஆயத்தத்தை வேறு ஏதேனும் மொழிபெயர்ப்பாளரிடம் காண முடிகிறதா?

(33) இன்னொரு மொழிபெயர்ப்பாளர் மொழிபெயர்ப்பில் தான் பெற்றுக் கொள்வதை விடவும் தன்னை வழங்கிவிடுவதே உண்டு என்கிறார். **அவர் எரின் மௌரே.**

“இன்னொரு மொழியிலிருந்து மொழிபெயர்ப்பதன் வாயிலாக நீங்கள் எதையும் கற்றுக் கொள்வதில்லை; மாறாக உங்களை வழங்கி விடுகிறீர்கள். ஏதோ ஒன்றிடம் ஒலிகள், அதிர்வுகள், அர்த்தங்கள் என ஏதோ ஒன்றிடம் இவ்வர்த்தங்கள் உடல்ரீதியிலேயே உங்களை மாற்றிவிடுகின்றன. நல்வாய்ப்பு பெற்றிருப்பின், பிரதி, அனுபவம் பற்றிப் பேசிடத் திரும்பி வருவீர்கள். அதனைப் பகிர்ந்து கொள்ள யாரேனும் கிடைப்பார்கள் என்று நம்புவீர்கள். இதில் நான் நல்வாய்ப்பு பெற்றுள்ளேன்.”

(34) உருது மொழியிலிருந்து ஆங்கிலத்திற்கு ஒரு நாவல் மொழிபெயர்க்கப்பட்டு பெங்குவின் பிரசுரமாக வெளிவந்துள்ளது. The

Break of Dawn. **கான் மஹ்பூப் தார்ஸியின்** இந்நாவலை ஆங்கிலத்தில் மொழிபெயர்த்துள்ளவர் **அலிகான் மஹ்பூப்.**

1857 புரட்சியில் தரை மட்டமாக்கப் பட்ட அரச குடும்பத்தின் வேர்களையும் ஒரு காதல்கதையினையும் விவரிப்பது இப்பிரதி. இதன் மொழிபெயர்ப்பாளர், மூல ஆசிரியன் தரும் அடிக்குறிப்புகளை யெல்லாம் மொழி பெயர்த்திருப்பதுடன் தானும் சில குறிப்புகளைச் சேர்த்திருக்கிறார். இந்த நாவலை எப்படி வாசிப்பது? இதன் பின்புலம் என்ன என்றெல்லாம் முன்னுரையில் விளக்கி விடுகிறார்.

அத்துடன் நாவலில் நாசமாக்கப்பட்டுள்ள அரச குடும்பத்தைச் சேர்ந்த ஒரு வாரிசாகவும் இருக்கிறார்.

இதனால் மொழிபெயர்க்கப்பட்ட நூலில், நாவலின் பிரதியை தார்ஸியுடன் சேர்ந்து உருவாக்கியவராகவே தோன்றுகிறார். **அலிகான்** என்கிறார் மதிப்புரையாளர் **பிரேர்னா விஜ்.** கொல்லப்பட்ட **முக்கீம் உத்தௌலாவின்** வரலாறு குறித்து அலிகானின் தேடலே, தார்ஸியை வாசிக்கும் சந்தர்ப்பத்தை அளித்துள்ளது என்பதை உணராதபடி, இப்பிரதியை வாசிக்க இயலாது.

(35) செவ்வியல் தளத்திலான கவிதைகள் தந்தவரான சி.மணி, சீனமொழியின் ஒரு கருவூலம் எனப் போற்றப்படும் தாவோதேஜிங் மொழி பெயர்ப்பில் அவ்வளவு ஈடுபாடு கொண்டிருந்தார்.

"ஒரு மொழியாக்கத்திற்கு அய்ந்து மொழியாக்கங்களைப் பயன்படுத்தினார். அதில் Gia Fu Feng and Jane English பிரதியை பிரதானமான நூலாகவும் மற்ற நான்கையும் துணை நூற்களாகவும் பயன்படுத்தினார். அதே போல, பத்து திருத்தப் பிரதிகளை உருவாக்கினார். இதற்கு அவர் கொடுத்த உழைப்பென்பது யாரிடமும் காணக்கிடைக்காத முன்மாதிரி. ஒரு சொல்லுக்காக ஒருவாரம் கூட அவர் காத்திருந்திருக்கிறார். இயல்பில், மொழியாக்கம் என்பது அதிகப் பொறுமையையும், ஒரு மொழிக்கான தார்மிகக் கடமையையும்

தன்னையும், தன் எழுத்தையும் வெளியில் நிறுத்தி அந்நியமாக்கிப் பார்க்கும் திராணியையும் கோரும் ஒரு உருமாற்றம்'' என்கிறார். கவிஞர் சாகிப்கிரான்.

(36) திருக்குறளுக்கு ஆங்கில மொழிபெயர்ப்புகளே **50** வரை வெளிவந்துள்ளன. தமிழர்களும் பிற மொழிநாட்டவர்களும் இவற்றை மேற்கொண்டுள்ளனர். இவ்வளவு மொழியாக்கங்கள் ஏன் ஒரு பிரதிக்கு மேற்கொள்ளப்பட்டிருக்க வேண்டும்? வேறுபாடுகளை/ குழப்பங்களை/ மாறுபாடுகளை மொழியாக்கத்தில் கொண்டு வருவது மொழியா / பண்பாடா / தத்துவம் போன்ற கருத்தமைவுகளா?

செம்மொழி உயராய்வு மையம், ஒவ்வொரு குறளுக்கும் **18** ஆங்கில மொழிபெயர்ப்புகள் வீதம் அரியதொரு களஞ்சியத்தைக் கொண்டு வந்துள்ளது.

சுடச்சுடரும் பொன்போ லொளிவிடுந் துன்பஞ்
சுடச்சுட நோற்கிற் பவர்க்கு. (267 அறத்துப்பால்)

என்னும் குறளுக்கான,

ஏ.சக்கரவர்த்தி, வ.வே.சு. அய்யர் ஆகியோர்மொழியாக்கங்கள் நீண்ட விளக்கவுரைகளாகி விடுகின்றன. அப்படியே ஜி.வன்மீக நாதனுடையதும். நோன்பைக் குறித்திட ஆங்கிலத்தில் Penitence, Penance என்ற சொற்கள் பொதுவாகக் கையாளப்பட, கே.ஆர். சீனிவாச அய்யங்கார் Askesis என்ற கிரேக்கச் சொல்லைப் பயன்படுத்துகிறார். ஆன்மாவைக் கொண்டு வருகிறார். ராபின்ஸனும் சுத்தானந்த பாரதியும் திருக்குறளை அதன் வடிவத்திலும் பொருளமைதியிலும் சரியாகத் தந்து விடுகின்றனர். சுத்தானந்த பாரதியின் மொழியாக்கம்;

"Pure and bright gets the gold in fire,
and so the life by pain austere."

ஆக, பிரச்சனை மொழி சார்ந்தும் வருகிறது; மத–தத்துவப் போக்கினாலும் வருகிறது எனலாம்.

(37) இந்தியாவைப் பூர்விகமாகக் கொண்டிருந்து, இங்கிலாந்துக்குப் புலம்பெயர்ந்து சென்றிருந்த பெற்றோருக்கு மகளாகப் பிறந்து அமெரிக்காவில் வளர்ந்து ஆங்கிலத்தில் எழுதி வந்திருக்கும் ஜும்பா வாகிரி சமீபத்தில் இத்தாலி மொழி கற்று, இத்தாலியில் ஒரு நாவல் எழுதி, ஆங்கிலத்திலும் அதனை மொழியாக்கம் செய்துள்ளார் (Dave Mi trovo என்பது இத்தாலி மொழியில், ஆங்கிலத்தில் Where abouts). ஒருவர் தனது படைப்பையே இன்னொரு மொழியில் மொழியாக்கம் செய்வது சுயமொழிபெயர்ப்பு (Self – Translation) என்றழைக்கப்படுகிறது.

"சுயமொழிபெயர்ப்பு நான் எழுதியுள்ள நூலின் ஆழமான விழிப்புணர்வுக்கு இட்டுச் செல்லவே, அது எனது கடந்த கால அகங்களில் ஒன்றைச் சென்றடைந்தது" என்று கூறும் லாகிரி, ஆங்கில மொழியாக்கம் வந்த பிறகு, இத்தாலிப்பதிப்பில் சில மாற்றங்கள்/ திருத்தங்கள் செய்ய வேண்டிய நிர்ப்பந்தம் ஏற்பட்டது; இதனால் இப்போது இத்தாலிய மொழியில் திருந்திய பதிப்பு கொண்டு வரப்பட்டுள்ளது" எனத் தெரிவிக்கின்றார்.

மொழியாக்கம் செய்யப்பட்ட பிரதிக்குத் தான் இதுவரை திருத்தங்களோ– மாற்றங்களோ செய்யப்பட்டுள்ளது. **ஜும்பா லாகிரியின்** விஷயத்தில், அதுவும் சுயமொழிபெயர்ப்புக்கு உள்ளான பிரதியில், அசல் பிரதியில் மாற்றங்கள் என்ற புது நிகழ்வு எழுந்துள்ளது. இதைக் காணும் போது, மொழிபெயர்ப்பு மட்டுமல்ல, அசலாக வரும் எழுத்தும் மறு எழுத்தாக்கமாக கருதப்படும் நிலைக்கு உள்ளாகும். அப்போது மொழியாக்கம் இரண்டாம் நிலை நடவடிக்கை, அசலுக்குப் பிறகு எழும் இன்னொன்று என்னும் மாயை நொறுங்கி விடும்.

"அசலான படைப்பில் மாற்றங்கள் செய்தபோது, நானே பெரிதும் மாறினேன், அத்தகைய மாற்றங்களை ஏற்கக் கூடிய திறனுள்ளவளாக இருந்தேன். எனது மொழியாக்கப் பதியமிடலால், ஆங்கிலத்துடனான

எனது உறவு நிலை மாற்ற முடியாதபடி மாறியிருந்ததையும் உணர முடிந்தது'' என்கிறார்.

இன்னொரு விதத்தில் பொதுவாக மொழி பெயர்ப்பே ஒரு மருத்துவரின் நடவடிக்கை போன்றது. உறுப்பு மாற்ற அறுவைச் சிகிச்சை மேற்கொள்ளும் அல்லது குருதி யோட்டத்தை இருதயத்திற்குத் திருப்பிவிடும் மருத்துவரின் பணி போன்றது மொழிபெயர்ப்பாளரின் பணி என ஒப்பிடுகிறார். ஏனெனில் இரண்டுமே தீவிரமிக்கது. அபாயகரமானது.

அப்படியான நடவடிக்கை வெற்றிகரமாக நிகழ்ந்தால், மொழிபெயர்ப்புகள் 'இலக்கிய தொடுவானத்தை விரிவாக்கும், கதவுகளைத் திறக்கும், சுவர்களைத் தகர்க்கும்.'

ஒரே வேளையில் ஆங்கிலத்திலும் வங்காளத்திலும் வாழ்ந்து வந்திருப்பதே தனது வளர்ந்து வரும் பருவமாயிருந்தது; தனக்கும் பிறருக்குமாக அவற்றிற்கிடையே மொழிபெயர்ப்பாயிருந்ததால், தான் எப்போதும் ஒருவித மொழிபெயர்ப்பாளராக இருந்துள்ளதாகக் குறிப்பிடுவார். ''இரண்டாகப் பிளவுற்ற மொழியியல் உலகில் பிறந்து, ஆங்கிலத்தில் எழுத்தாளராவது, மொழிபெயர்ப்பாளராயும் ஆவதுதான்.''

''ஒரே சமயத்தில் திருப்பிக் கூறுவதாயும் மாற்றியமைப்பதாயும், சிந்திப்பதாயும் மீட்டுத் தருவதாயும்'' உள்ள மொழியாக்கம் இலக்கிய உருவாக்கத்திற்கு துணை புரிவதாக அல்லாமல், மையமாக உள்ளது என்று வற்புறுத்துவார். வாசிப்பு– மறு வாசிப்பின் மிகத் தீவிர வடிவமே மொழியாக்கம் என்பார்.

இன்னொரு விதத்தில், எழுத்து– ''மொழியாக்கம் என்பன மொழியென்னும் மர்ம்மிக்க அம்சத்தினூடே மாபெரும் ஆழங்களில் மிகப்பெரும் தூரங்களை நீந்திட'' அனுமதித்திடும் ஒரு நடவடிக்கையின் அம்சங்களே என விரிவாக எடுத்துக் காட்டுகிறார்.

இன்னோரிடத்தில், கால்வினோவை மொழிபெயர்த்துள்ளது பிறமொழிகளில் கச்சிதமாக வாசகர்களைச் சென்றடைந்திருக்கிறது. இத்தாலி வாசகர்களை விடவும் பிறமொழி வாசகர்களுக்கு அவர் நெருக்கமாக இருந்து வருகிறார். புலப்படாத நகரங்கள் அமெரிக்க வாசகர்களைப் பெரிதும் ஈர்த்துள்ள நாவல், ஏன்? என்று கேட்டு லாகிரி விளக்குகிறார்; 'வில்லியம் வீவர்' என்னும் இத்தாலி– ஆங்கில மொழிபெயர்ப்பாளரின் விளக்கத்தைக் கூடுதலாக பயன்படுத்திக் கொள்கிறார்:

"கால்வினோ இலக்கிய மொழியில் எழுதியமையால் அவரை மொழிபெயர்ப்பது எளிதாயிருந்தது; எல்லாரையும் தொட்டுவிடும் அம்மொழி, மொழிபெயர்த்திட இயற்கையாகவே தன்னை விட்டு விடுகிறது. அத்துடன் அறிவியல் மொழியிலும் தொழில்நுட்ப தொடர்களிலும் வேட்கை மிக்கவர். அது இறுக்கமிகுந்த இன்னொரு மொழியை அறிமுகம் செய்து விடும். ஆதலின் தனித்துவமான இத்தாலிமொழி எழுத்தாளரான கால்வினோ, இத்தாலிமொழியில் துல்லியமாக அப்படியே எழுதியதில்லை, மாறாக, தனக்கென்று ஒரு மொழியைக் கொண்டிருந்தார். அது அவருக்கே உரிய வெளிப்பாட்டு ராஜ்யம் மற்ற முக்கியமான சுவராஸ்யமான எழுத்தாளர்களுக்குரியது போல,"

'மொழிபெயர்ப்பது ஒரு பிரதியை வாசிப்பதற்கான உண்மையான வழிமுறை' என்னும் கட்டுரையில் கால்வினோ 'மொழியின் வெவ்வேறு அடுக்குகளை' குறிப்பிடுகிறார். மொழியாக்கம் செய்திட 'ஒருவித அற்புதம் தேவைப்படுகிறது' என்பார்; அதன் 'ரகசிய சாராம்சம்' பொருத்தமான சாதனங்களால் வடித்தெடுக்கப்பட வேண்டியுள்ளது என்பார். அத்துடன் மொழிபெயர்ப்பின் பிரச்சனைக்குரிய அம்சத்தை விளக்குகையில், ஒவ்வொரு மொழியின் மொழிபெயர்க்க இயலா விளிம்புகளின் வழியே உண்மையான இலக்கியம் இயங்குகிறது என்பார்.

கால்வினோ தன்னை புதிய நோக்கு நிலையிலிருந்து கண்டு கொள்ள, தன் நிழல் இரட்டையுடன் எப்போதும் உரையாடிக் கொண்டிருந்ததாக லாகிரி நம்புகிறார். இவ்வகையில், எப்போதும் இருபிரதிகளுடன் இரு குரல்களுடன் விளையாடிக் கொண்டிருக்கும் மொழிபெயர்ப்பாளரின் உணர்வு நுட்பத்தை பொதிந்து வைக்கிறார் கால்வினோ என்பார்.

'Translating Myself and others' என்னும் நூலில் **ஆண்டனியோ கிராம்ஸிக்கு** மொழியாக்கம் அபிலாஷையாக சீர்மிகு பண்பாக நங்கூரமாக உருவகமாக இருந்துள்ளதை விவரிக்கிறார். கிராம்ஸியின் அரசியல் சிந்தனையிலும், இத்தாலியின் கம்யூனிஸ்ட் கட்சியை நிறுவியதிலும், மொழியாக்கம் அடிப்படைத் தூண்களுள் ஒன்றாக இருந்துள்ளது. அவரது உணர்வார்ந்த வாழ்விலும் மிக நெருங்கியத் தொடர் புறுத்தங்களிலும் ஒருங்கிணைந்த பகுதியாக இருந்திருக்கிறது.

ஸ்டார்னோன் என்பவரது மூன்று நாவல்களை மொழிபெயர்த்துள்ள அனுபவம், மொழி சார்ந்து மட்டுமின்றி வாழ்க்கை சார்ந்தும் தனக்கு கற்பித்துள்ளதாகத் தெரிவிக்கிறார்; 'கடந்த ஆறு ஆண்டுகளில் ஸ்டார்னோனின் பிரதிகளுடனான எனது ஈடுபாடு என்னை மொழிபெயர்பாளராகத் தந்துள்ளது. என் படைப்பாக்க வாழ்வில் இப்புதிய செயல்பாடு, மொழிசார்ந்து மட்டுமல்லாது வாழ்க்கையினுடையதுமான உள்ளார்ந்த ஸ்திரமின்மையை எனக்குத் தெளிவு படுத்தியுள்ளது.'

அறுதியான பிரதி என்பது ஒரு தொன்மமே. இது அசல், இது நகல் என்பது இன்னும் தெளிவாகவில்லை. இந்த அசலிலிருந்து பெறப்பட்ட பிரதியே இம்மொழியாக்கம் என்னும் படிநிலை கரைந்து விட்டது. இரு அசல்கள் உருவாக்கப்பட்டுள்ளன என்பதே சரி. ஒன்று போலில்லாத இரட்டையர், ஒரே நபரால் தனித்தனியே கருக்கொள்ளப் பட்டு, கடைசியில் அருகருகே இருப்பார்கள் என்று மொழியாக்கத்தை கருத்தமைவு செய்வார். இரட்டையர் எடுத்துக் காட்டினைப் போன்று

இன்னொன்றையும் விளக்குவார். அது எக்கோ– நார்ஸிஸ்ஸஸ் தொன்மம். 'பல எதிரிணைகள் போல இவையும் ஒரு நாணயத்தின் இருபக்கங்களே. நார்ஸிஸ்ஸஸின் வார்த்தைகளை அவ்வணங்கு எதிரொலிக்கச் செய்வதே அவனது சுயமோகத்தை அதிகரிக்கச் செய்யும். லேசாக மாற்றப்பட்டு ஆனால் உண்மையும் நேசமும் மிக்க இவ்வெதிரொலிகள் இத்தொன்மத்திற்கு உயிருட்டும் ஆசைக்கு அத்தியாவசியமானவை. மாபெரும் இலக்கியப் படைப்புகளைக் கொண்டாடவும் கால–வெளியினூடே அவற்றின் முக்கியத்துவத்தைப் பரப்பவும் மொழிபெயர்ப்பு என்னும் எதிரொலி முக்கியமானதாகும்.'

அலெஸ்ஸாண்ட்ரோ மன்ஸோனியின் இத்தாலி நாவல் The betrothed னை ஆங்கிலத்தில் இரண்டாவது மொழிபெயர்ப்பாக கொண்டு வந்துள்ள **மிகைல் எஃப் மூரின்** மொழியாக்கம் பற்றி விவாதிக்கையில் **ஜீம்பா லஹரி,** மூலநூல் ஆசிரியனுக்கும் மொழி பெயர்ப்பாளனுக்கும் இடையிலான சங்கமத்தின் கனியாகக் கிடைப்பது. இலக்கியத்தை பரந்து பட்டதாக ஆக்கி வாசகர்களை ஈர்க்கச் செய்கிறது என்கிறார். இன்னொரு மொழி மீதான நேசம், இன்னொரு பண்பாடு மீதான நேசம் ஒருவரது வாழ்வை நிறைவு செய்யும், புரட்சிகரமாக்கும் என்கிறார், மிகைல் மூரினை முன்னிறுத்தி.

மன்ஸோனியின் நாவலில் வரும் ஒவ்வொரு பாத்திரமும் தனித்துவமாகப் பேசுவதை திறம்படக் கொண்டு வந்துள்ளார் மூர். இத்தாலி மொழியிலுள்ள அதே நகைமுரணை, விளையாட்டுப் போல திரும்பத் திரும்ப வரும் இடங்கள், பல்குரல் தன்மை ஆகியவற்றை ஆங்கிலத்தில் சாதித்துள்ளார்.

(38) சூடாமணியின் **5** கதைகளை இயக்குனர் ஞான ராஜசேகரன் "அய்ந்து உணர்வுகள்" – தலைப்பில் திரைப்படமாக்கியுள்ளார். ஏற்கனவே சூடாமணியின் தேர்ந்தெடுத்த கதைகளை ஆங்கில மொழியாக்கம் செய்துள்ள ஓய்வு பெற்ற நீதிபதி பிரபா சிறிதேவன்,

எழுத்து திரைப்படமாக மாற்றப்படும் போதும் மொழியாக்கப்படும் போதும் ஏற்படும் நிகழ்வுப் போக்கை அழகாகச் சுட்டிக் காட்டுகிறார்.

“ஒரு கதையை ஒரு ஊடகத்திலிருந்து இன்னொன்றிற்கு மொழியாக்கம் செய்யும் போது அசலின் தாக்கத்தை முழுமையாகக் கொண்டு வருவது சாத்தியமில்லை. திரு. ராஜசேகரனின் தடயம் தவிர்க்க முடியாமலிருக்கும். அதுபோன்றே, ஆங்கில மொழிபெயர்ப்பு களில் எனது அம்சம் ஒன்று இருக்கும்.”

(39) 20 வயதிலேயே மூன்றாண்டுகள் ஜென் மடாலயத்திலும் அய்ந்தாண்டுகள் ஜென் ஈடுபாட்டிலும் கழித்து கவிஞராக மொழிபெயர்ப்பாளராகத் திகழ்ந்து வரும் **ஜேன் ஹிர்ஸ்ஃபீல்டுக்கு** கவிதை மொழியாக்கம் ஆனந்தமானதாக, உத்வேகமிக்கதாக உள்ளது.

“மொழிபெயர்க்கும் போது, கவிதை தன்னை மொழிபெயர்ப்பாளருடையதாக உணரத் தொடங்கி விடுகிறது. அறநெறிப்படி பார்த்தால், மொழி பெயர்ப்பாளன் அத்தூண்டலிலிருந்து விலகிவிட வேண்டும். ஆனால் மொழிபெயர்க்கும் அனுபவம் காதல் வயப்படுவது போல, போதை தருவது– அறியப்படாததைச் சந்தித்து சங்கமித்து விடுவதான பரபரப்பும் எதிர்பார்ப்பும் ஆனந்தமும் தருவது” என்கிறார்.

பொதுவாக கவிதை மொழியாக்கம் மிகமிகச் சவால்மிக்கது. அதில் இழப்பதே அதிகம் என்று பேசப்பட்டு வருகையில், **ஜேன் ஹிர்ஸ்ஃபில்டின்** அனுபவத்தை எப்படி எடுத்துக் கொள்வது?

(40) **கொமாச்சி, இஸீமி சிகிபு** என்னும் ஜப்பானின் காவியகால ஜென் கவிஞர்களின் கவிதைகளை மொழிபெயர்த்த அனுபவம் தன்னிலும் தனது ஆங்கிலத்திற்கும் நிறைய மாற்றங்கள் கொண்டு வந்தது பற்றி அவர் இன்னோரிடத்தில் பேசுகிறார்.

"ஒரு வாசகத்தை யடுத்து இன்னொன்றும், ஒரு படிமத்தை யடுத்து இன்னொன்றும் அவற்றிற்கிடையிலான தொடர்புகளைச் சொல்லாமலேயே இடம்பெறும், புதுவிதக் கவிதையை ஆங்கிலத்தில் தந்து கொண்டிருந்தேன். ஜப்பானிய கவிதை வடிவங்களை. அப்படியே போலி செய்திட நான் விரும்பவில்லை. எனக்கே உரித்தான கலப்புக் குரலினை, பார்வை நிலையை, பேசும் முறையை விரும்பினேன். இருந்த போதிலும், மொழிபெயர்த்தலின் புது சுரங்களை பாடிப் பயிற்சி மேற்கொள்வது, காதினையும் கண்களையும் கரங்களையும் மாற்றுவதுடன், ஒருவரது படைப்பையும் மாற்றி விடுகிறது."

"இது விதிவிலக்கு என சட்டென்று உச்சரித்து விடலாமா? அல்லது பயணம் தீவிரமடைகையில் பெறுகின்ற அனுபவமும் தீவிரமடையும்" என்று சொல்லலாமா?

(41) காலனிய ஆட்சிக் காலத்தில் மொழியாக்கம் மேற்கொள்ளப் பட்டபோது அது மறு எழுத்தாக்கமாக மாறியுள்ளது. Qissa-i-Gul-I Bakawli என்னும் பாரசீகப் பிரதிக்கு இரு மொழிபெயர்ப்புகள் செய்யப்பட்டிருக்கின்றன். 1803 இல் ஃபோர்ட்வில்லியம் கல்லூரியிலும் 1844–இல் பண்டிட் தயா சங்கர் நாஸிம் என்பவராலும். இவற்றில், காலனிய உலகப்பார்வைக்குள் இப்பிரதியைக் கொண்டுவரும் முயற்சி தெரிகின்றது; பாரசீக உணர்வு நிலை படிப்படியாக வெளியேற்றப் படுகிறது என்கிறார்கள் **முகமத்கானும் டோனி ஸ்டுவேர்ட்டும்.** ஏனெனில் காலனிய அரசின் நோக்கம் இப்பிரதி போன்றவற்றை அப்படியே பாதுகாப்பதோ புரிந்து கொள்வதோ அல்ல; மாறாக, புதிய அழகியலுக்கும் சித்தாந்தத்திற்கும் பணிய வைப்பதே.

(42) பஞ்சாப் பகுதியில் வசித்த **சூஃபி** கவிஞர் **மாதோலால்** ஹுஸைனின் பாடல்களை ஆங்கிலத்தில் மொழியாக்கம் செய்துள்ளார் நவீத் ஆலம். பாகிஸ்தானில் பிறந்து அமெரிக்காவில் ஆங்கிலக் கவிஞராக விளங்குபவர் ஆலம். ஷா ஹுஸைன் என்னும் இயற்பெயருடைய இச்சூஃபிக்கவிஞர், மாதோலால் என்னும் பிராமண

இளைஞருடன் நெருங்கிய நேசமிக்கவராக, தன்பெயரையும் அவ்விளைஞரின் பெயருடன் இணைத்துக் கொண்டவர்; தன் சமாதி அருகே அவ்விளைஞனுக்கும் சமாதி எழுப்புமாறு வற்புறுத்தி இருந்தவர்.

இக்கவிஞருடைய பாடல்களை மொழி பெயர்த்துள்ள ஆலம், அவர்களுடைய நெருக்கத்தில் ஒருபால் உறவு இருந்திருக்க வேண்டும் என்கிறார் நூலின் முன்னுரையில். திடமான சான்றுகள் அக்கவிதைகளில் இல்லாதிருக்கையில், அத்தகைய கவிதைகள் தடை செய்யப்பட்டிருக்க வேண்டும் என யூகிக்கின்றார். காதலியுடன் காதலன் ஒன்றிவிடுவது சூஃபித்துவத்தின் அடிப்படை என்கிறார்.

குருவுக்கும் சீடனுக்குமிடையிலான நேசம், ஆங்கிலத்தில் தவறாகப் பிரதிநிதித்துவம் செய்யப்பட வாய்ப்புள்ளது. பாலுறவு பாவம் என்னும் அடிப்படை கொண்ட மேற்கத்தைய மரபில், பாலியல் கலகமிக்கதாக விடுதலை நோக்கிய கருத்தாக மாறுகிறது. ஒரு பால் தன்மையராகவும் உள்ள சூஃபிஞானி, மேற்கில் கலகத்தன்மை யினராகத் தோன்றுகிறார். இந்திய துணைக் கண்டத்தில் பல்வேறான வழிகளில் பாலியல் முன் வைக்கப்படும் வெளிப்படுத்தப்படும்; மேலும் சிக்கலான அரசியலைக் கொண்டிருக்கும்.

இவ்வளவுக்கும் **ஹீஸைன்** சமாதியுள்ள லாகூரைச் சேர்ந்தவர் தான் ஆலம். இஸ்லாமியர். அவரது மொழிபெயர்ப்பிலேயே இப்படிப் பிரச்சனைகள் எழுமாயின், அப்பிரச்சனைகள் மொழிபெயர்ப்பாளரைச் சார்ந்தவை என்பதை விடவும், மொழிசார்ந்தவை, மத ஆன்மிகப் பின்புலம் சார்ந்தவை என்பதே சரியாகுமா?

(43) "பீட்டில்ஸ் குழுவினரில் பாடல் புனைந்து வந்த ஜான் லென்னான் மொழியாக்கம் குறித்து சுவையான தன்மையில் ஓர் அதிரடி வாசகத்தை முன்வைத்துள்ளார். "ஓர் இறையில் நம்பிக்கை வைத்துள்ளேன். ஆனால் அது ஒரு பொருளாகவோ வானில் உள்ள வயதானவராகவோ அல்ல, மக்களால் கடவுள் எனப்படுபவர், நாம்

அனைவரிடத்தேயுமுள்ளவர் என்று நம்புகிறேன். இயேசு, முகம்மது, புத்தர் முதலானோர் கூறியவை யெல்லாம் சரியே என்று நம்புகிறேன். மொழிபெயர்ப்புகளே தவறாயுள்ளன.''

44) **ஜென்னிஃபெர் கீரோனோவெட்** ஆனந்தத்துடன் மொழியாக்கத்தை அணுகுகின்றார். மொழியாக்கத்தில் போதுமானதாயிருப்பதே அதனளவில் ஒருவித அழகு, தகுதியான இலக்கு என்பதை வற்புறுத்துபவர், மொழியாக்க நிகழ்வுப்போக்கு ஒரு கற்பிதமான, பவிசான இயந்திரம் அது பிறவற்றிற்கிடையே எழுத்திடம் நம்மை இட்டுச் செல்லும், மொழியாக்கத்தில் ஈடுபடுத்தப்படும் ஆற்றல் மறு சுழற்சி செய்யவல்லது, மறு உருவாக்கம் செய்வது என்பார் **ஜோரிஸ்**. ஏராளமான அமெரிக்க கவிகள் ஏன் மொழியெர்ப்பாளர்களாய் உள்ளனர் என்பதை இது விளக்கும். பல கவிகள் மொழியாக்கத்தின் வழியே எழுதக் கற்கின்றனர் மொழியாக்கம் ஆசிரியராக, தூண்டும் விசையாக, மொழியில் வாழும் விதமாக உள்ளது ஆக மொழி மேலும் மொழிலைய உறபவம் செய்கிறது; அடைபட்ட மொழியிலிருந்து மிகவும் பரிச்சயமானதிலிருந்து விலகிச் செல்வதற்கான வழியாக உள்ளது.

(45) ''சிந்தனையெல்லாம் முயன்று பார்க்கின்ற உண்மையின் மொழி என்பது இருக்குமாயின், உண்மையின் மொழியே உண்மையான மொழியாயிருக்கும். ஒரு தத்துவாசிரியர் நம்பிக்கை கொள்ளும் முழுமையாக, இவ்வுண்மையான மொழியின் தீர்க்க தரிசனமும் விவரிப்பும் இருக்கும் அது மொழியாக்கத்தின் அடர்ந்த மோஸ்தரில் மறைந்திருக்கும்.''

(The Task of Translation / Walter Benjamin)

(46) ஸ்வீடனின் ஹாரி மார்டின்ஸனது (1974 ஆம் அண்டின் நோபல் பரிசு பெற்றவர்) aniara என்னும் செய்யுள் வடிவிலான ஒரு குறுங்காவியத்தை ஆங்கிலத்தில் மொழியாக்கம் செய்துள்ள ஸ்டீபன் கிளாஸ் மற்றும் வெய்ஃப் ஜோபெர்க் என்பவர்கள் தம் மொழிபெயர்ப்பு அனுபவத்தை விவரிக்கையில் வால்டர் பெஞ்சமனின் வரிகளிலிருந்து

ஆரம்பிக்கின்றனர். மார்டின்ஸன் அவசியமானது என்று கருதும் வார்த்தை விளையாட்டுகளை அப்படியே இடம் பெறச் செய்து விட்டதற்கு உறுதுணையாக பெஞ்சமினை மேற்கோள் காட்டுகின்றனர்.

"மொழிபெயர்ப்பின் மொழி தன்னை அப்படியே செல்லுமாறு விட்டுவிட வேண்டும் அப்போது தான், அசலின் உத்தேசத்தை, திருப்பி எடுத்துரைக்காது ஒத்திசைவாக, பின்னிணைப்பாக, மொழிபெயர்ப் பாளரின் உத்தேசமாக, அவ்வுத்தேசத்திற்கு குரல் கொடுக்கும்."

(47) வங்காள தேசத்தின் சீரிய எழுத்தாளர்களின் ஒருவரான **சாஹிதுல் ஜாஹிரின்** இரு குறு நாவல்கள் ஆங்கிலத்தில் மொழிபெயர்க்கப்பட்டுள்ளன. **வி. ராமசாமி** மற்றும் **சாரோஸா நஹ்ரின்** என்னும் இருவரது மொழியாக்கத்தில் Life and pilitical reality என்னும் தலைப்பில்.

"சாஹிதுல் ஜாஹிரின் மொழி, வங்காள தேசத்தின் சமூக அரசியல் யதார்த்தத்தை மட்டுமின்றி அதன் சிக்கலான வரலாற்றையும் பிரதிபலிப்பது. உணர்விலும், தொனியிலும், மொழியிலும், கற்பனையிலும் வங்காள தேசத்திற்குரியது. கதைகளும் பாத்திரங்களும் நிஜமான இடங்களைக் கொண்டிருப்பவை. மக்களின் விநோதங்களும் விசித்திரங்களும் மற்றும் அவர்களது உச்சரிப்புகளும் தனித்துவமான விதத்தில் வங்காளதேச அடையாளத்தினை உடையவை; இப்படிப்பட்ட எழுத்தினை ஒரு பிரதேச யதார்த்தத்தின் பல்வேறு அடுக்குகளை ஆங்கிலத்தில் மொழிபெயர்க்கும் போதுள்ள பிரச்சனைகளை நஹ்ரினுடன் இணைந்து ராமசாமி விரிவாக விவாதித்துள்ளார். மொழிபெயர்ப்பாளர் மூல எழுத்தின் குரலுக்குள் சென்று, அதனுடன் ஒன்றாகிட வேண்டும். டிஜிடல் ஸ்கேன் கருவிபோல செயல்பட வேண்டியுள்ளது பல்புலன்கள் கொண்ட பாலிகுரோம் ஆண்டென்னா போல் உள்ளீர்க்க வேண்டும் – அப்போதுதான் மூல மொழியிலுள்ள தாக்கங்களை – விளைவுகளை உணர்ந்து தொடர்புறுத்த முடியும்.

உள்ளூர் பேச்சுவழக்கு என்று வரும்போது ஒன்றும் செய்ய முடியாது போகிறது. ஆங்கில மொழிபெயர்ப்பில் அது தட்டையாகிப் போய் விடுகிறது. ஒலி பெயர்ப்புச் செய்வதுதான் ஒரே வழி.

சில பிரதிகளுக்கு Functional translation போதுமானது. முக்கிய இலக்கிய படைப்புகளுக்கு அது போதாது. அங்கே உத்வேகம் கொண்டிருக்க வேண்டும். மக்கள் மொழியைக் கொண்டாடுவதாக இருக்க வேண்டும்.

நிறுவனம் சாராமல் சுயாதீன மொழியாக்கத்தில் ஒருவர் தீவிரம் கொள்ளும் பட்சத்தில், பல ஆண்டுகளாகத் தொடர்ந்து மேற்கொள்ளும் போது, அதுவே பயணமாகி விடுகிறது கற்றுக் கொள்ளுதல், வளருதல் மேலும் ஆழமாகச் செல்லுதலின் பயணமாகி விடுகிறது. ஒவ்வொரு நூலும் துப்பாக்கிக் குண்டாக வித்தாகச் செல்கிறது...... அப்போது சுயாதீன மொழி பெயர்ப்பாளர் ஒரு செயல்பாட்டாளராகிறார் அரசியல் செயல்பாட்டாளராகிறார். சுயாதீன எழுத்தாளரைப் போல. (48) அசோகா பல்கலையில் மொழிபெயர்ப்பு கோட்பாடு, தலித் இலக்கியம், பாகிஸ்தான் பிரிவினை ஆய்வுகள் துறையில் பணியாற்றும் ரிடா கோத்தாரி மொழி பெயர்ப்பு என்னும் நிகழ்வுப்போக்கு பற்றி விவாதிக்கும் முன், மொழிபெயர்ப்பின் பின்னுள்ள அரசியல் அம்சங்களைச் சுட்டிக் காட்டுகிறார்.

இந்தியா போன்ற பல்மொழிகள் பேசும் நாடு மொழிபெயர்ப்புக்கு புதிய நோக்கினை நல்க முடியும் என்று நம்புகிறார். ஒரு கேள்வியை அவிழ்ப்பதற்கான வழிமுறை மொழிபெயர்ப்பு என்கிறார். மொழி அரசியல், அடையாள அரசியல், மத– சாதி அரசியல், மீது அகப்பார்வையை வீசுவதாக அவரது எழுத்து உள்ளது எனப்படுகிறது. குஜாரத்தி இலக்கிய மரபினை மறு பரிசீலனை செய்து குறுக்கீட்டினை நிகழ்த்துகிறார் – மாற்று மரபினை நிறுவ வேண்டும்'' என்கிறார்.

(49).டால்ஸ்டாயின் குறுநாவல்களின் ஒன்று **கிரேய்ஸ்ர் சொனாட்டா.** பிரெஞ்சு இசைவாணர் **ரதோல்ஃப் கிரேய்ஸருக்கு**

பீதோவனால் அர்ப்பணிக்கப்பட்டது. ஆரம்பத்தில் புதிய ஏற்பாட்டிலிருந்து ஒரு மேற்கோள் இடம் பெறுகிறது.

"தாயின் வயிற்றிலிருந்து அண்ணகர்களாகப் பிறந்தவர்களும் உண்டு; மனுஷர்களால் அண்ணகர்களாக்கிக் கொண்டவர்களும் உண்டு; பரலோக ராஜ்யத்தினிமித்தம் தங்களை அண்ணகர்களாக்கிக் கொண்டவர்களும் உண்டு; இதை ஏற்றுக் கொள்ள வல்லவன் ஏற்றுக் கொள்ளக் கடவன்" என்றார்

இக்குறுநாவல்களின் மொழிபெயர்ப்பாளர் **நா.தர்மராஜன்**, பழைய பைபிளிலிருந்து இதனை அப்படியே கையாண்டுள்ளார்.

1995 இல் வெளியான பொதுமொழிபெயர்ப்பில் இப்பகுதி.

"சிலர் பிறவிலேயே மண உறவு கொள்ள முடியாதவராய் இருக்கின்றனர். வேறுசிலர் மனிதரால் அந்நிலைக்கு ஆளாக்கப் படுகின்றனர். மற்றும் சிலர் விண்ணரசின் பொருட்டு அந்நிலைக்குத் தம்மையே ஆளாக்கிக் கொள்கின்றனர்....."

முதல் பத்தியிலுள்ள அண்ணகர் என்ற சொல் பொது மொழிபெயர்ப்பில் இல்லை, அதன் பொருள் விளக்கமே உள்ளது. ஏன்?

அண்ணகர் என்பதற்கு அலி (Eunuch) என்ற பொருளை தமிழ்ப்பேரகராதி தருகிறது. பைபிளில் சுட்டப்படும் இவ்விடத்தில் ஆண்மையற்ற நிலையே குறிக்கப்படுகிறது. அதற்கேற்ப அகராதியில் காயடிக்கப்பட்டவன் என்றே Eunuchற்கு பொருள் உள்ளது.

அண்ணகர் என்ற சொல்லாட்சி தமிழில் வேறெங்கும் இல்லை. பக்தி இலக்கியங்களில் இறைவனைச் சுட்டும்போது 'ஆணுமல்லன் பெண்ணுமல்லன், அலியுமல்லன், என்றே காணப்படுகிறது.

பொது மொழிபெயர்ப்பு 'அண்ணகர்' என்ற சொல்லைத் தவிர்க்கின்றது. ஏன்?

“தெளிபொருள் மொழிபெயர்ப்பு முறைக்கு (Dynamic Equivalence) முன்னுரிமை வழங்கப் பெற்றுள்ளது. வழக்கற்ற சொற்களும் திசைச் சொற்களும் இயன்றவரை தவிர்க்கப்பட்டுள்ளன....” என்ற அணுகுமுறை காரணமாக.

மூன்றாம் பாலினத்திற்கு தற்போது வழங்கப்படும் அரவாணி, திருநங்கை / திருநம்பி என்ற சொற்களின் பொருளமைதி அண்ணகருக்குப் பொருந்துமா? அல்லது காயடிக்கப்பட்டவர் என்ற பொருளமைதி பொருந்துமா? அரவாணியரும் தீர்மானகரமான கட்டத்தில் காயடிக்கப்படுதலோ / குறிநீக்கம் செய்யப்படுதலோ உண்டு. என்றாலும் அந்தபுர பணியாளர்களான ஆண்கள் காயடிக்கப் பட்டவர்கள் என்பது வேறு – வலுக்கட்டாயமாகச் செய்யப்பட்டது அது.

(50) வியாட் மேஸன் சிலகவிதைகளை ஆங்கிலத்தில் மொழியாக்கம் செய்துள்ளார். பலமுறை ஏமாற்றத்தை உணர்ந்துள்ள தாகவும், முயன்று கொண்டே இருப்பதுதான் சந்தோஷ மளிப்பதாயும், அத்தகு முயற்சிகளின் கனி எப்போதும் கன்றிப் போயுள்ளதாயும் குறிப்பிடுபவர். “மொழியாக்கம் அதிகபட்சமாக போதுமானதாகவே இருக்க முடியும்; போதுமானதே தன்னளவில் அழகானது, முயற்சியில் தகுதியான இலக்கு” என்பார்.

(51) 2022–இல் சர்வதேச புக்கர் பரிசு பெற்றுள்ள கீதாஞ்சலி சிறி மொழியாக்கம் குறித்த சொல்லாடலையும் தன் நாவலில் நிகழ்த்துகிறார். மொழியாக்கம் எளிதானதில்லை..... கதைகள் கொண்டுள்ள அர்த்தங்கள், எப்போதும் வெளிப்படையாய் இருப்பதில்லை. கல்விவளாகம் சார்ந்த மொழிபெயர்ப்பில், சரியான தொழில் நுட்ப மொழியைக் கண்டறிவதிலேயே ஓய்ந்து விடுவீர்கள். இலக்கியத்தில் மனநிலைகளும் அதிர்வுகளும் உள்ளன. “இந்தியிலிருந்து இந்நாவலை ஆங்கிலத்தில் மொழியாக்கம் செய்துள்ள **டைய்ஸி ராக்வெல்**, “Tomb of Sand” எல்லாவற்றுக்கும் மேலாக, ஒரு மொழிபெயர்ப்பாளருக்கு இந்தி மொழியை நாடுவதற்கான காதல் கடிதம். கீதாஞ்சலி சிறி சரளமாக

ஆங்கிலத்தில் எழுதக் கூடியவர்தான் எனினும் இந்நாவலை தாய்மொழி இந்தியிலேயே எழுதியிருக்கிறார். சொற்களின் சப்தத்தையும் அவை ஒன்றையொன்றை எப்படி எதிரொலித்தன, அவற்றின் தொனி என்ன என்றெல்லாம் நுணுகிப் பார்க்கிறார். தொனி என்பது எதிரொலி, ஓர் அதிர்வு, ஒரு ரீங்காரம் – சிலேடையில் உள்ளது போல அது திட்டமிட்டதாயும் வேடிக்கையான தாயும் இருக்க முடியும். கீதாஞ்சலி சிறி அகராதிப் பொருளை விடவும் தொனிக்கே முன்னுரிமை தருகிறார்.

பல பத்திகளில் வார்த்தை விளையாட்டு மேலோங்கி, சில சமயங்களில் கதையாடலை இயக்கவும் செய்கிறது என்கிறார்.

விருதுக்குத் தெரிவு செய்துள்ள நடுவர் குழுவினர் வார்த்தை விளையாட்டும் எழுச்சியும் மிக்க இப்பிரதியின் பலவிதமான அடுக்குகளை, டைய்ஸி ராக்வெல்லின் உத்வேகமிக்க மொழியாக்கம் எட்டி விடுகிறது. உரத்தொலிக்கின்ற, தடுக்க இயலாத நாவல் என்கின்றனர். பொதுவாக இந்த ஆண்டுக்கான இறுதிப் பட்டியலுக்கு ஆறு நாவல்களை பரிந்துரைக்கையில் மொழிபெயர்ப்பின் முக்கியத் துவத்தை சுட்டிக் காட்டுகின்றனர்.

“மொழியாக்கம் நெருக்கமானதும் நுணுக்கமானதுமான நடனம், அது எல்லைகளை, பண்பாடுகளை, மொழிகளைத் தாண்டுவது. கச்சிதமான எழுத்தாளர் மொழிபெயர்ப்பாளர் இணையைக் கண்டறிந்து விடுவதிலுள்ள பிரமிப்புக்கும் பரவசத்துக்கும் இணையானது இல்லை..... ஆறு மொழிகளைச் சேர்ந்த இந்த ஆறு நூல்களும் மானுட அனுபவத்தின் எல்லைகளை, வரம்புகளைத் தேடி ஆராய்கின்றன அவை அலைக்கழிப்பதாக மிகையதார்த்தமாக, பவித்திரமானதாக மிருதுவானதாக அல்லது களிப்புவகை மிக்கதாக நம்பிக்கை யிழந்ததாக இருக்கக் கூடும். தமது வேறுபாடுகளில், உலகைச் சுற்றிலும் இருந்து வரும் இலக்கியக் காட்சிகளை வழங்குகின்றன; ஆனால், அவை கடுமையானதும் மூச்சு முட்டுவதுமான அசலான தன்மையைப் பகிர்ந்து கொள்வது, புனைவின் தீராத கண்டறியும் தன்மைக்கு சாட்சியமாயுள்ளது.”

பரிசு அறிவிக்கப்பட்டதும் கீதாஞ்சலி சிறியின் எதிர்வினை; "இதுவொரு மிகச்சிறப்பான அங்கீகாரம். தொலைதூர இடங்களில் உள்ளவர்களை ஒரு படைப்பு ஈர்க்கும் போது அது குறிப்பான பண்பாட்டுச் சூழலைக் கடந்து உலகளாவியதையும் மனிதத்தையும் தொட்டு விடும் ஆற்றல் பெற்றிருக்க வேண்டும்.....நூல் நன்றாயிருக்க வேண்டும், மொழியாக்கம் அற்புதமான தாயிருக்க வேண்டும்! டைய்ஸிக்கும் எனக்கும் இதுவொரு அற்புதத் தருணம். எங்களது உரையாடல் எவ்வளவு செழுமையானதாக இருந்துள்ளது என்பதைக் காட்டுகிறது. அதுதான் மொழிபெயர்ப்பு எப்படிப்பட்டது என்பதற்கு அடையாளம்.

(52) சந்தர்ப்பவசமாக பிரேம்சந்த்தின் மந்திர் மஜ்தித் சிறுகதையை மொழிபெயர்க்கத் தொடங்கி, 25 ஆண்டுகளாக இந்தி, உருதுவிலிருந்து ஆங்கிலத்திற்கு மொழியாக்கம் செய்து வருபவர் **ரட்சாண்ட ஜலீல். quint.com** இன் இணை நிறுவனரும் ஆவார். **மண்டோ, சுக்தாய் கிஷண் சந்தர், பனீஸ்வரநாத் ரேணு** போன்றோரின் புனைவுகளையும், **கைஃபி ஆஸ்மி, சஹ்ரயார், ஜாவேத் அக்தார்** போன்றோரின் கவிதைகளையும் ஆங்கிலத்தில் கொண்டுவந்துள்ளார். மொழியாக்கம் குறித்த இவரது அணுகு முறையினையும் பார்வையினையும் பரிச்சயப் படுத்திக் கொள்ளலாம்.

"உருது ஒரியா இருமொழிகளும் அவற்றின் இலக்கியங்களும் பொதுப்பண்களாக எதனையும் கொண்டிராத போதும். மொழியாக்கத்தில் அவ்வளவாகப் பிரச்சனைகள் இல்லை. ஆனால் அவை இரண்டும் இந்தியத் துணைக்கண்டத்தைச் சேர்ந்தவை என்பதால் பல விஷயங்களை சுலபமாகக் கையாள முடியும். ஆங்கிலத்தில் மொழிபெயர்க்கையில் அப்படியில்லை."

"உருது மற்றும் இந்தியில் வாக்கிய கட்டமைப்பு, வினைச் சொற்களைப் போடுமிடம், இயற்கையான நிறுத்தங்கள் போன்ற தொழில்நுட்ப அம்சங்கள் ஒரு புறமிருக்க, சூழல் எனும் பெரிய

பிரச்சனை இருக்கிறது. பண்பாட்டு நுட்பத்தை எப்படி மொழிபெயர்ப்பீர்கள்? உருது கவிதையில் அடிக்கடி இடம் பெறுகின்ற Jigar-னை (இரைப்பை என்பது நேர்பொருள்; சில இடங்களில் இருதயத்தைக் குறிக்கும்) எப்படி மொழிபெயர்ப்பது இலக்கியத்தில் அது இரைப்பையைக் குறிக்காத போது?......"

"குறிப்பிட்ட பண்பாட்டிற்கே உரித்தான படிமங்களும் உருவகங் களும் உண்டு. எடுத்துக்காட்டாக, கயிறறுந்து ஆலமரத்தில் ஆடுகின்ற பட்டம், வறண்ட பூமியின் மீது விழும் முதல் மழையின் வாசம், மணப்பெண்ணின் கூந்தலிலுள்ள மோக்ரா பூக்களின் இனிய வாசம் முதலியவை. கடைசிப்படிமம் குறிப்பாக நுட்பமிக்கது ஏனெனில் மோக்ராவின் துடிப்பு மிக்கவாசம் மணப்பெண்ணின் துடிப்புமிக்க அழகினை எழுப்பிவிடும்."

ஒரு பண்பாட்டில் வேர்விட்டுள்ள இத்தகு படிமங்களையும் உருவங்களையும் மொழிபெயர்க்கத் தேவையில்லை அது இந்திய மொழிகளுக்கிடையே நடக்கும் போது; ஆனால் ஓர் இந்திய மொழியிலிருந்து ஆங்கிலத்திற்கு மொழிபெயர்க்கையில் இரண்டு அணுகுமுறைகள் இருக்கின்றன – விளக்கக் குறிப்புகளால் நிறைந்து மொழியாக்கத்தை அபத்தமாக்குவது; அல்லது படிமத்தை அப்படியே தந்து அதனைப் பேசுமாறு விட்டுவிடுவது, தேவைப்படும் போது, பிரதியின் சுழலினுடைய எல்லைகளை முன்வைத்திடும் விரிவான முன்னுரையைத் தந்து விடுவது.

"மொழிபெயர்ப்பில் இழப்புகள் தவிர்க்க இயலாதவை ஆனால் மதிப்பீடு செய்யும் போது, இழப்புகளை விடவும் ஆதாயங்கள் அதிகமாயிருக்கும். ஒரு மொழியாக்கம், தரை விரிப்பின் மறுபக்கத்தைப் பார்ப்பது போன்றது; மறுபக்கத்தில் வடிவப் பின்னலும் உருவரையும் தெளிவாகத் தெரியும், ஆனால் சரியான பக்கத்தின் பிரகாசமும் வண்ணமும் நேர்த்தியும் இல்லாதிருக்கும்."

(53) சாந்தா கோகலே 2021 இல் மொழிபெயர்ப்புக்கான சாகித்திய அக்காதெமி விருது பெற்றவர். லட்சுமிபாய் திலக்கின் ஸ்மிருதிசித்ரே நாவலை மராத்தியிலிருந்து ஆங்கிலத்தில் மொழிபெயர்த்தமைக்காக.

ஒருமுறை மொழிபெயர்ப்பின் சவால்களும் வெகுமதிகளும் என்ற தலைப்பில் உரையாற்ற அழைப்பு வந்த போது, அந்தத் தலைப்பை என் பூஜையறையில் பெண் தெய்வம் என்று மாற்றிப் பேசினார். இங்கு பூஜையறை தனது மனம் என்றும் பெண் தெய்வம் கான்ஸடன்ஸ் கார்னெட் என்றும் விளக்கிவிட்டு, மொழிபெயர்ப்பு சார்ந்துள்ள பிரச்சினைகளை / நுட்பங்களை, தன் அனுபவம் சார்ந்தும் உலக இலக்கிய வாசிப்பு சார்ந்தும் விவாதிக்கிறார்.

டால்ஸ்டாய், தாஸ்தோயெவ்ஸ்கி, செகாவ், துர்கனேவ் என ருஷ்ய இலக்கியமேதைகளை முதன்முதலில் மேற்கத்தைய இலக்கிய வாசகர்களுக்கு ஆங்கில மொழிபெயர்ப்பில் அறிமுகம் செய்துள்ளவர் கார்னெட். 85 ஆண்டுகள் வாழ்வில் ஐம்பது ஆண்டுகளை மொழிபெயர்ப்புக்கு ஈடுபடுத்தி 70 தொகுதிகளைக் கொண்டு வந்திருப்பவர் கார்னெட், விர்ஜினியா உல்ஃப் கார்னெட்டின் இச்சேவைக்காக அப்படிப் பாராட்டியுள்ளார். டி.எச்.லாரன்ஸ் கார்னெட்டின் அர்ப்பணிப்பைக் கண்டு அதிசயித்துள்ளார். கார்னெட் இல்லாவிட்டால், 19 ஆம் நூற்றாண்டு ரஷ்யர்கள் ஆரம்பக்கட்ட அமெரிக்க இலக்கியத்தில் ஆழ்ந்த செல்வாக்கினைப் பெற்றிருக்க மாட்டார்கள் என்கிறார். கவிஞரும் மொழிபெயர்ப்பாளரும் ஆன எஸ்ரா பவுண்ட். கார்னெட் மொழிபெயர்த்துள்ள ரஷ்ய எழுத்தாளர்களிடமுள்ள ஆழமும் சாதனையும், தனக்கு வழங்கப்பட்டுள்ள கருவூலம் போன்றது என்று பாராட்டுகிறார் ஹெமிங்வே.

ஆனால் **நபகோவும் பிராட்ஸ்கியும் கார்னெட்டை விரல்** நுனியில் ஒதுக்கி விடுகின்றனர். இது சரியா?

“இன்றைக்கு நம்மொழிபெயர்ப்புகளில் அசலின் நேர்த்தி, வாக்கியமைதி, சந்தம் சார்ந்த பண்புகள் என எவ்வளவுக்கு முடியுமோ அவ்வளவையும் அப்படியே கொண்டுவர முடிகிறது. கார்னெட்டின் காலம் வேறு என்று இப்பிரச்சனையை விவாதித்துச் செல்கிறார் சாந்தா கோகலே அசல்பிரதியின் ஆசிரியர் சம்பிரதாயமான இலக்கண தொடரியல் விதிகளை மீறி, கரடு முரடான உரை நடையில் எழுதினால் மொழிபெயர்ப்பாளனும் அப்படியேதான் தரவேண்டும். கரடுமுரடான தன்மையை மெருகுபடுத்த முயன்றால், அசலின் ஆசிரியரது குரல் மூழ்கடிக்கப்பட்டு விடும், மாறாக, அக்குரலினை கொண்டு வரும் வகையில் மொழி பெயர்ப்பாளர் தன் மொழியின் சாத்தியங்களை நீட்டிக்க வேண்டும். இந்நிகழ்வுப்போக்கில் தன் மொழியை வளப்படுத்தவும் முடியும்” என்று தன்விவாதத்தைத் தொடர்கிறார்.

“மொழிபெயர்க்கப்படும் மொழியில் அன்னிய மொழியின் செல்வாக்கை அனுமதிக்கவும், முந்தைய மொழியினை மாற்றியமைக்கவும் ஆனவாய்ப்பே மொழிபெயர்ப்பு” என ஒரு வரையறையினையும் முன்வைக்கின்றார்.

(54) இத்தாலியைச் சேர்ந்த டிம் பார்க்ஸ், நாவலாசிரியர், மொழிபெயர்ப்பாளர், பயண எழுத்தாளர். மொரேவியா, கால்வினோ, கலாஸ்ஸோ, தபுச்சி, மாக்கியவல்லி, லியோபார்டி ஆகிய இத்தாலிய எழுத்தாளர்களை ஆங்கிலத்தில் கொண்டு வந்துள்ளவர்.

“ஒரு காலத்தின் / பண்பாட்டின் சித்தாந்தங்கள் / நம்பிக்கைகளுடன் மொழிபெயர்ப்பு சார்ந்த அணுமுறைகள் மாறுகின்றன என்ற நிலைபாட்டிலிருந்து இயங்கி வருகிறார். மொழிபெயர்ப்பிலுள்ள தவறுகளைப் பற்றிப் பேசுவதை விடவும், ஒரே நூலுக்கான இரண்டு அல்லது மேற்பட்ட துல்லியமான / பொறுப்புமிக்க மொழியாக்கங்களைப் பேசுவது சுவையானதாயிருக்கும்.... அசலை வாசிக்கும் அனுபவத்திற்கு உண்மையாயிருக்க வேண்டும் என்ற ஆசையின் விளைவே இவ்வேறுபாடுகள். எதுவாயினும், வாசிக்கப்படும் போது தான் ஒரு

புத்தகம் இருக்கின்றது, ஒவ்வொரு தனிப்பட்ட வாசிப்பும் வேறானது என்பதை நமக்கு நினைவூட்டுகின்றன வெவ்வேறு மொழிபெயர்ப்புகள். ஆக இலக்கியம் என்பது எழுத்தாளர்களும் வாசகர்களும் சேர்ந்தே உருவாக்கிடுவது என்று பாராட்டிட நமக்குத் துணைபுரிவது மொழிபெயர்ப்பு.''

(55) அமெரிக்க இலக்கியத்தில் சிறந்த புனைவெழுத்தாளர் சீரிய, தீவிர விமர்சகர் என ஒரு சமயத்தில் இயங்கி வந்தவர் சூசன் ஸோண்டக். இலக்கிய மொழிபெயர்ப்பு குறித்த **புனித ஜெரோம்** விரிவுரையில் மொழிபெயர்ப்பு குறித்த அம்சங்களை புனித ஜெரோம், சிசரோ காலங்களிலிருந்து நினைவூட்டிப் பேசியுள்ளார்.

``இணையானவற்றைக் கண்டறிவதே மொழியாக்கம், தீர்வுகளை வகுத்துக் கொள்ளக் கூடிய பிரச்சனையே மொழியாக்கம் என்ற கண்ணோட்டம் இவருடையது. நேர்மொழிபெயர்ப்பு அபத்தமாகத் தெரிகிறது; மறுபுறத்தே,. ஒழுங்கினை அல்லது வார்த்தைகளையே மாற்ற வேண்டியிருந்தால், மொழிபெயர்ப்பாளரின் கடமையை கைவிட்டதாகத் தோன்றும்,'' என்பார்.

``ஒரு மொழியிலிருந்து இன்னொன்றிற்கு மேற் கொள்ளப்படும் நேர்மொழிபெயர்ப்பு அர்த்தத்தை இருண்மையாக்குகிறது. இது மொழிபெயர்ப்பாளரை இணையாசிரியாராக ஆக்கினால், ஆக்கட்டும். உண்மை என்னவென்றால், ஒருபாதி மொழிபெயர்ப்பாளனின் பணியையும் ஒரு பாதி எழுத்தாளனின் பணியையும் நிறைவேற்றி யுள்ளேன்'' என்றார் **புனித ஜெரோம்.** எபிரேயத்திலிருந்தும், கிரேக்கத் திலிருந்தும் லத்தீனுக்கு, பைபிள் உட்பட, மொழிபெயர்த்தவர் ஜெரோம். கி.பி. நான்காம் நூற்றாண்டில்,

இங்கிருந்து, நேர்மொழி பெயர்ப்பை விவாதிக்கிறார் ஸோண்டக். வார்த்தைக்கு விசுவாசமும் இலக்கியத் தேர்ச்சியும் பொருந்திப் போகாது போனால், பொறுப்புள்ள மொழியாக்கம் எப்படிச் ``சுதந்திரமானதாக இருக்க இயலும்? ஒரு பிரதியின் அந்நியத் தன்மையை அழித்து, புதிய மொழியின் விதிகளுக்கேற்ப மாற்றியமைப்பது மொழிபெயர்ப்பாளரின் முதல் வேலையா?........ செவ்வியல் பாலே நடனம் போல, இலக்கியமொழி

பெயர்ப்பு யதார்த்தமற்ற தரநிலைகளைக் கொண்ட நடவடிக்கை, இத்தர நிலையில் சிரமமானவை ஆனதால், அதிருப்தியை ஏற்படுத்தக் கூடியவை, அரிதாக முழுமை பெறுபவை. மற்றும் செவ்வியல்பாலே போல இலக்கிய மொழிபெயர்ப்பு ஒரு நிகழ்த்தும் கலையாகும்........?''

''மொழிபெயர்ப்பின் நோக்கம், மொழிபெயர்க்கப்படும் மொழியில் எழுதப்பட்டது போல் இருக்க வேண்டும். என்று பொதுவாக எடுத்துக் கொள்ளப்படுகிறது. மொழி பெயர்ப்பு ஒவ்வொரு நாட்டிலும் மேற்கொள்ளப்படுவதுடன் தேசிய மரபுகளுக்கும் உள்ளாகிறது. அந்நியத் தன்மையை அழித்திட, சில நாடுகளில் பெரும் அழுத்தங்கள் உள்ளன. மொழிபெயர்ப்பை தழுவலாகப் பார்க்கும் தன்மை பிரான்ஸில் வலுவான மரபாக உள்ளது. அப்போது பிரதிக்கு கறாராக இருக்க முடியாது நேர் எதிர்திசையில் மொழிகாக்கம் இருக்கும். எனது நூலோ இன்னொருவருடையதோ, மொழிபெயர்ப்பாளரின் முயற்சிகளால் இப்போது பிரெஞ்சில் நன்றாக வாசிக்கப்படுகிற தென்றால், உடனிழ்கால பிரெஞ்சு உரைநடையில் நிலவுகின்ற சம்பிரதாயங்களுக் கேற்ப, அப்புத்தகம் மறு வடிவமாக்கப்பட்டுள்ளது என்றறிவேன். ஆனால் ஆங்கிலத்திலுள்ள என் உரைநடை, எப்போதும் அதன் சந்தங்களில் அல்லது அகராதி சார்ந்த தெரிவுகளில் சம்பிரதாயமாக இருக்காததால், இது பிரெஞ்சில் எடுத்துச் செல்லப்படவில்லை என்பது எனக்கு நிச்சயமாகத் தெரியும். அர்த்தம் மட்டுமே எடுத்துச் செல்லப்படுகிறது.''

இவ்விவாதத்தின் நீட்சியாக அவர் குறிப்பிடும் இன்னொரு அம்சம்:

அந்நிய நூலினை இயற்கைப்படுத்துவது அதன் மிகவும் மதிப்புள்ள அம்சத்தை இழக்க வைப்பதாகும். பிரதி எழுகின்ற மனநிலையை, மொழியின் ஆன்மாவை இழக்கவைப்பதாகும். ஆகவே, பிரெஞ்சு அல்லது ரஷ்யனிலிருந்து ஜெர்மன் மொழிக்கு மொழி பெயர்க்கப்பட்ட ஒரு நூல், ஜெர்மன் மொழியில் எழுதப்பட்டதாகத்

தோன்றினால், ஜெர்மானிய வாசகன் மற்றமையின் அறிவை இழந்து விடுவான்

(56) **ரேச்சல் கேரு** பிரெஞ்சு மொழியிலிருந்து ஆங்கிலத்திற்கு மொழிபெயர்க்கும் இலக்கிய மொழிபெயர்ப்பாளர். **கோலெட்** மற்றும் **ரோஜர் லெவிண்டர்** ஆகியோரது நூல்களை ஆங்கிலத்தில் கொண்டு வந்துள்ளார். இவ்விரு எழுத்தாளர்களும் நேர் எதிரானவர்கள். வாழ்க்கையிலும் எழுத்திலும். அதிலும் மொழியைக் கையாளுவதில். சிக்கனமான சிலவான வார்த்தைகளில் தெளிவுபட எழுதக் கூடியவர் கோலெட். ரோஜர் லெவின்ட்டரோ மரபுத்தொடர்களிலிருந்து நவீனப் பிரயோகங்கள் வரை, அவற்றை இயல்பான வார்த்தை ஒழுங்கில் இல்லாமல் கலைத்துப் போட்டு பயன்படுத்துபவர். வெவ்வேறு காலத்தைச் சேர்ந்த இவ்விருவரும் சந்தித்தால் எப்படி இருக்கும் என்ற குறுகுறுப்பு வருகிறது கேருவுக்கு, இருவருக்கும் இடையிலுள்ள ஒரே பொது அம்சம் பழைய புத்தகக் கடைகளுக்குப் போவது. அங்கு இவர்கள் சந்தித்துக் கொள்வதாக புனைவு செய்வது கொள்வார். இவர்களை மொழிபெயர்க்கையில் சந்தித்த அனுபவங்களை பிரச்சனைகளை நுணுக்கமாக விவரிக்கிறார்.

சொற்களையும், தொடர்களையும் முறைப்படுத்துதல் கலைத்துப் போடுதல், அவற்றின் எடுத்துரைத்தல் எடுத்துரைக்கா திருத்தல், அவற்றை விநோதமாக நிறுத்தி விசித்திரமான நிறுத்தற்குறிகள் இடுதல், வாக்கிய அமைப்பில் துல்லியமும் நுணுக்கமும் காட்டுதல் என்பன லெவின்டரிடம் காணப்படும் அம்சங்கள். பொதுவாக லெவிண்டரை மொழிபெயர்ப்பதில் உள்ள சவால், அவரின் சாகசத் தொடரமைப்பு.

வாக்கியங்களை முடிக்க அபரிமிதமான சொற்கள் அடுக்கப் பட்டிருக்கும், அவற்றில் நான்கில் மூன்று மிகையானவையாயிருக்கும் எந்த அர்த்தமுமின்றி. நடை இலக்கிய பாணிக்கு நேர் எதிரானதாக, பேச்சு வழக்கினதாக இருக்கும். நடப்பு வழக்கில் உள்ள கொச்சை உட்பட.

பொருத்தமான வார்த்தைகளை தேடிக் கொண்டிருக்கையில் சிலவற்றை பழைய அகராதிகளில் கண்டடையலாம். ஆனால் அவை காலாவதியானவையாக இருந்தால் பயன்படுத்தக் கூடாது என்பார். மொழி பெயர்ப்பாளன் எந்த அளவுக்கு இதைப் பின்பற்ற முடியும் என்பது வேறு பிரச்சனை.

(57) எனது மொழிபெயர்ப்புகள் அசலைப் போலவும் எனது அசலான எழுத்துகள் மொழிபெயர்ப்பு போலவும் வாசிப்பைத் தருவதாக வாசகர்கள் அடிக்கடி கூறுகின்றனர்.... நான் மொழிபெயர்க்கையில், வார்த்தைகளில் மட்டும் நான் கவனத்தை குவிப்பதில்லை. அசலின் ஆன்மாவை, குரலை, அக்கால– இடத்தின் துடிப்பையும் கொண்டுவர முற்படுகிறேன்.

மொழிபெயர்ப்பாளர் இருமொழிகளில் புலமை பெற்றிருப்பது மட்டும் போதாது. மூல– இலக்குமொழிகள் பிறந்த வரலாறு, பண்பாடு, இலக்கிய சமூக மரபுகளுடனும், பரிச்சயம் கொண்டிருக்க வேண்டும்.

“நான் ஆங்கிலத்தில் எழுதுகிறேன். ஆனால் எழுதுவது வங்காளத்தை, வங்காளிகளைப் பற்றி, ஏனெனில், அதுதான் எனக்கு நெருக்கமாய்த் தெரிந்த உலகம். என் எழுத்து வங்காளத்தின் வண்ணங்கள், வாசனைகள், மணங்களில் தோய்ந்தது; அசல் பிரதியுடன் தனியொரு பாதை இணையாகச் செல்வதை வங்காள வாசகர்கள் உணர முடியும்.....”

இது அருணா சக்கரவர்த்தி என்னும் இந்திய ஆங்கில எழுத்தாளரின் பதிவு. வங்காளியிலிருந்து ஆங்கிலத்தில் தாகூரின் படைப்புகளை மொழிபெயர்த்துள்ளவர். டெல்லி பல்கலையில் ஆங்கில விரிவுரையாளர், பின் ஜானகிதேவி நினைவு கல்லூரி முதல்வர்.

(58) எனது மொழிபெயர்ப்பு அனுபவங்களில், ஜான் கீ என்னும் பிரித்தானிய வரலாற்றாளரின் India A history: from the Earliest Civil is ations to the Boom of the Twenty- First Century னை மொழியாக்கம்

செய்தது சுவையானது. ஏனெனில் ஜான் கீ வரலாற்றை இலக்கியமாக எழுதுபவர். நல்ல பாணிமிக்கவர். **தாரா சிகோஹ்** என்னும் அண்ணனுக்கும் தம்பி அவுரங்கஸீப்பிற்கும் இடையிலான போட்டி பகைமை பற்றி விவரிக்கும் இடம். அரசியல்களத்தில் அதிகார வெறி மிகுந்து தந்தையைச் சிறைவைத்து, சகோதரர்களைக் கொன்று அரியணை ஏறியவர் அவுரங்கஸீப். மத அளவில் எளிய நம்பிக்கை, ஆழ்ந்த பக்தி கொண்ட வைதிகமானவர். தாரா சிகோஹ் சுதந்திர சிந்தனையாளர், சூஃபிகள், இந்துக்கள், கிறித்தவர்களுடன் கலந்துரையாடியவர். அரசியல் களத்தில், மூத்த மகன் என்ற வகையில் வாரிசுரிமையுள்ளவர்.

தக்காண இளவரசனாக அவுரங்கஸீப் இரண்டொரு முறை சுல்தான்கள் மீது படையெடுத்து தன் திறமையை வெளிக்காட்ட முற்படுகிறார். அப்போதெல்லாம் தாரா தலையிட்டு அவுரங்கஸீப்பின் நோக்கம் நிறைவேறாது செய்து விடுவார். அப்போது அவுரங்கஸீப் அண்ணனை வீழ்த்திச் சாய்த்திட முற்படுகிறார்.

இதற்கான நியாயமாக அவுரங்கஸீப் முன்வைப்பதாக ஜான் கீ எழுதுகிறார்; "Aurangzeb's contention that in resorting to arms he was aiming to save the empire from idolatry and apostasy was no sanctiomonious affectation."

தான் ஆயுதமேந்தியதன் நோக்கம், சிலை வழிபாட்டிலிருந்து பேரரசைக் காப்பாற்ற வேண்டும் என்பதே. கொள்கை எதிர்ப்பு புனிதத் தன்மையின் பாசாங்கற்றது என்று அவுரங்கஸீப் வாதிட்டார். இது எனது தமிழாக்கம்.

இதில் சிக்கலான இடம் Sanctimonious affectation என்ற தொடரே. புனிதத்தன்மையின் பாசாங்கு என்பது Sanctimonious உணர்த்துவது. affectation என்றால் பாசாங்கு. இந்த இரண்டு சொற்கள் இங்கு தேவையில்லை. ஒன்று போதும். அதிலும் no Sanctimonious affectation என இரட்டை Nagativeகளில் பயன்படுத்துவதும் அதிகப்

படியானது. இரட்டை எதிர்மறைச் சொற்களின்றி ஒரு பொருளுடைய இரு சொற்களின்றி ஒரே சொல்லால் சிக்கலின்றி சொல்லிவிடலாம் தான். அது வரலாற்றாளன் பணியாக முடிந்து விடும். ஆனால் இலக்கிய நடை கைவரப் பெற்ற ஜான் கீ யால் அப்படி நின்று விட முடியாது.

ஆசாரமான அவுரங்கஸீப், தன் அதிகார வெறியை மறைத்து, நேரிய மார்க்கக் காப்பாளராக தன்னை வெளிக்காட்ட வேண்டும் என்ற உத்தேசத்தைச் சொல்ல வேண்டும் என்பது ஜான்கீயின் வேட்கை. அதற்காக அளவு கடந்த மொழியில் விளையாடிப் பார்க்கிறார். எழுத்தில் உள்ள இந்த அதீதத்தை Overwriting எனலாம். மொழி பெயர்ப்பாளன் இப்படி ஈடுபட்டால் அது Overtranslation ஆகிவிடும்.

(59) தேசியப்போராட்ட வீரராக, ஆன்மீகவாதியாக பெரிதும் அறியப்பட்டுள்ள அரவிந்தர் மாபெரும் இலக்கியவாதி. மொழிபெயர்ப்பாளரும் கூட இந்திய செவ்வியல் இலக்கியங்களி லிருந்து தெரிவு செய்த பகுதிகளை மொழிபெயர்த்து ஆங்கில வாசகர்களுக்கு தந்துள்ளார். வைணவ பக்தி இலக்கிய அழகினை, குறிப்பாக வித்யாபதி என்னும் மைதிலிமொழிக் கவிஞனை மொழியாக்கம் செய்வதில் தீவிர ஆர்வம் காட்டியுள்ளார்.

ஆனந்த மடம் நாவலை மொழிபெயர்த்து தனது கர்மயோகியில் தொடராக வெளியிட்டு வந்துள்ளார். இதற்கிடையே 1910 இல் அவர் பாண்டிச்சேரி செல்லும் திட்டம் காரணமாக இது முடிவுறாது போயுள்ளது. ஆனால் வந்தேமாதரம் பாடல் இடம் பெற்றுள்ள பகுதிவரை மொழிபெயர்த்திருந்தது மிக உற்சாகமளிக்கும் உத்வேக மூட்டும் ஒன்றாக இருந்துள்ளது.

அவர் பாண்டிச்சேரி செல்ல உத்தேசம் கொள்ள வைத்தது தமிழ்கற்றுக் கொள்ளும் பொருட்டே என்கிறார் அமைன். பாரதி உதவியுடன் 1915இல் 8–9 ஆம் நூற்றாண்டின் வைணவக் கவிஞர்களது மொழியாக்கங்கள் சிலவற்றை வெளியிட்டிருக்கிறார். திருக்குறளில் ஓர்

அத்தியாயத்தை முயன்று பார்த்துள்ளார். அது போலவே நம்மாழ்வாரின் சில பாசுரங்களை.

ஹோமரின் இலியிட். ஒடிஸி ஆங்கில மொழியாக்கத்தில் ஹோமரின் செய்யுள் வடிவிலேயை (dactylie hexameter) மொழியாக்கம் செய்திருக்கிறார். நன்கறிந்த ஆங்கிலேயே மொழிபெயர்ப்பாளர்கள் பொதுவான செய்யுள் வடிவில் அல்லது உரைநடையில் மொழிபெயர்த்திருக்க, அரவிந்தர்தான் மூலமொழியின் யாப்பு வடிவில் மொழிபெயர்ப்பு செய்ய முற்பட்டிருக்க வேண்டும். அதுமட்டுமின்றி, 1913 இல் தனது Ilion இதிகாசத்தை ஹோமரின் பாணியிலும் செய்யுள் வடிவிலும் எழுத முற்பட்டிருக்கிறார்.

இவ்வனுபவங்களிலிருந்து ஒருவாசகமும் அவரிடமிருந்து பிறக்கின்றது "பூமியில் உங்கள் வாழ்க்கை தெய்வீகக் கவிதை, அதனை பூமியின் மொழியில் மொழிபெயர்க்கின்றீர்கள்."

(60) பொறிஞர் செங்கோ என்பவர் மின்வாரியத்தில் பொறியாளர். வாஷிங்டனிலுள்ள தற்காலவியல் ஆய்வு பல்கலைக் கழகத்தில் மின் திறனமைப்பு பொறியியலில் முனைவர் பட்டம் பெற்றவர். மின்வாரியத் தொழில் நுட்ப அகராதியை உருவாக்கியுள்ளார். தமிழ் பல்கலைக்கழக அறிவியல் களஞ்சிய மையத்தில் அயற்பணியில் 4 ஆண்டுகள் இருந்துள்ளார். கலைக்குழுக்களில், அண்ணாமலை தமிழ்ப்பல்கலை கழகங்களில் உறுப்பினர் பொறுப்பு வகித்துள்ளார். பள்ளி நாட்களிலிருந்து அறிவியல் நூல்கள் எழுதும் ஈடுபாடு ஆர்தர் சி கிளார்க், அய்சக் அசிமோவ் கதைகளை, நிலவில் கேட்ட மழலைக்குரல், சில்லு மனிதனின் புன்னகை என்னும் தலைப்புகளில் (NCBH, 2008) தமிழாக்கியுள்ளார்.

ஒவ்வொரு மொழியாக்க இறுதியிலும் கலைச் சொற்கள் பயன்படுத்தியமை சார்ந்து ஒரு பட்டியல் தந்து விடுவார்.

எல்லாம் கவனத்துடன், தீவிரத்துடன் செய்வார். இவரிடமுள்ள ஒரேயொரு பிரச்சனை தனித்தமிழில் எழுதவும், மொழிபெயர்க்கவும் முற்படுவது. பிரபஞ்சம் என நன்கு புழக்கத்திலுள்ளதைக் கூட 'புடவி' என்பார்.

அறிவியலைத் தமிழில் தருவதே சவாலாயிருக்க, அறிவியல் புனைவை தனித்தமிழில் தந்தால் யார் வாசிக்கப் போகிறார்கள்?

அசிமோவின் 'ஒரு வட்டச் சழக்கல் சட்ட வழக்கில்' மொழியாக்கம் சிக்கலில்லாது வந்துள்ளது. "காலத்தில் உள்ள சழக்கு (niche) ஸ்டீனை காப்பாற்றி விட்டது" என்னும் போது தமிழ் பொருத்தமாயும் சரியாயும் அமைந்து விடுகிறது. வட்டச் சழக்கு Vicious Circle னைக் குறிக்கிறது.

பொதுவாக அசிமோவ்கதைகளின் மொழியாக்கம் சிறப்பாக உள்ளது. அசிமோவ் கதைகளில் சிக்கலான அறிவியல் கோட்பாடு சார்ந்த புனைவு இல்லாததால், தனித்தமிழை கறாராகப் பிறயோகிக்கும் தேவையும் இல்லாது போகிறது. Robot என்பதை மனிந்திரம் என்னும் புதுச்சொல்வாக்கத்தால் குறிப்பிடுவது படைப்பாக்கமும் கூட.

(61) இந்திய அரசமைப்புச் சட்டத்தை தமிழாக்கியதில் **(13.08.1988)** கு.சிவமணி **(1932–2022)** யின் பங்கு பிரதானமானது. இதன் நூல் விழாவுக்கு **3** நாட்கள் முன்னர் மொழியாக்கத்தில் தவறுகள் இருப்பதாகக் கூறி ஆளுனருக்குக் கடிதம் எழுதினார். மா. சண்முக சுப்பிரமணியன். சட்டத் தமிழ் முன்னோடிகளில் ஒருவரான அவரது ஆட்சேபணை, ரத்து, காலாவதி போன்ற அயல்தமிழ் சொற்கள் எல்லாம் இந்தத் தமிழாக்கத்தில் இருக்கின்றன என்பது.

ஒரு சொல்லுக்கான மொழியாக்கம் மற்றொரு சொல்லில் குறுக்கிடக் கூடாது என்பது சிவமணியின் கொள்கை. Safety, Safeguard, Protection, Defence போன்ற எல்லாச் சொற்களுக்கும் பாதுகாப்பு என்ற ஒரே வார்த்தை பயன்படுத்தப்படுவதை அவர் விரும்பவில்லை.

காப்புநிலை, காப்பளிப்பு, (Safety, Safeguard) என மூல வினைச் சொல்லுக்குப் பின்னொட்டுகள் சேர்த்து உருவாக்கினார். அதுபோல நார்ம்ஸ் – நெறியம், பிரின்ஸிபிள் – நெறி, பாலிஸி – கொள்கை என வேறுபடுத்தும் வகையில் பல சொற்களைப் பயன்பாட்டுக்கு கொண்டு வந்தார். இடை நீக்கம், அழைப்பாணை என்று இன்று சர்வ சாதாரணமாகப் புழக்கத்திலிருக்கும் பல சொற்களும் கு. சிவமணி உருவாக்கியவைதாம்.

சட்டத் தமிழ் களஞ்சியத்தை (27.04.2012) வெளியிட்டது அவரது இன்னொரு முதன்மைப்பணி என்கிறார். (செல்வ . புவியரசன்)

(62) மிர்ஸா காலிப்பின் உருது கவிதைகளில் Intimations of Ghalib என்னும் தலைப்பில் ஒரு மொழியாக்கத் தொகுதியை எம். சாஹித் ஆலம் ஆங்கிலத்தில் கொண்டு வந்துள்ளார். உருதுவிலிருந்து கஸல் அல்லது ஆன்மிகம் சார்ந்த கவிதைகளை நேர்மொழியாக்கத்தில் தந்து விடவே முடியாது. அதிலும் காலிப் போன்ற கவிஞர்கள் என்றால் சவால் இன்னும் அதிகமாயிருக்கும். இச்சுழலில் நேர்மொழியாக்கத்தில் கொண்டு வரத்தவறியவற்றையெல்லாம் ஆலம் தன் செறிவான மொழியாக்கத்தில் எப்படிக் கொண்டு வந்துள்ளார் என்பதை **ரஸா ரூமி** விவாதிக்கிறார்.

பொதுவாக காலிபை ஆங்கிலத்தில் மொழிபெயர்ப்பது எந்தவொரு இலக்கியவாதிக்கும் சிரமமானது என்று தொடங்குகிறார். காலிப் மொழிபெயர்க்க இயலாதவர் என்பதால் அல்ல, மாறாக அவரது கவிதையிலுள்ள சிக்கலான தன்மையாலும், சொற்கோவையில் அவர் கையாளும் விளையாட்டாலும் இது ஏற்படுகிறது என்று விளக்குகிறார்.

உருதுக் கவிதையில் பிரயோகிக்கப்படும் மொழி, பண்பாட்டு ரீதியில் தனித்துவமானது; அதற்கு இணையானதை வேறுஎந்த மொழியிலும் காண முடியாது. அலாதியான உருவக மொழியில், நழுவிடும் தன்மையதான அறிதல் முறையில், உணர்வோட்டங்களில், கவிதையின் கருத்துகளும், எண்ணங்களும் தோய்ந்துள்ளன.

உருதுவின் கஸல்வடிவம், மொழிபெயர்ப்பாளரை ஒரு வழிபண்ணிவிடும். அதிலும் செவ்வியல் கஸலில் காலிப் மிகவும் கடுமையானவர். மிக இருண்மை கொண்டவை அவரது கவிதைகள்.

அடுத்து, பல அர்த்தங்கள் பொதிந்துள்ள காலிப் கவிதையை எப்படி மொழியாக்கத்தில் தரமுடியும்?

ஆலம் இதனைச் சாதித்திட மேற்கொள்ளும் வழிமுறை, ஒரு கவிதைக்கு இரண்டல்லது அதற்கு மேற்பட்ட மொழிபெயர்ப்புகளை அடுத்தடுத்து முன்வைப்பது. ஓரிடத்தில் 5 மொழிபெயர்ப்புகளைக் கூட தந்துவிடுகிறார். மொழியாக்கம் பலவற்றை இழந்து விடும். எழுத்தாளரின் பண்பாட்டுக்கு வெளியிலுள்ள வாசகர்கள் இன்னும் நிறையவே இழப்பார்கள். ஆனால் வாசகர்கள் இழந்துள்ளவற்றில் சிலவற்றை அல்லது பெறவே முடியாதவற்றை மீட்க மொழிபெயர்ப் பாளர்கள் உதவுகிறார்கள்.

(63) எடித் கிராஸ்மன் என்னும் மொழிபெயர்ப்பாளரைப் பொறுத்தவரை, நல்ல மொழிபெயர்ப்புக்கு இரு பண்புகள் உண்டு; இரண்டு அடிப்படைக் கேள்விகளுக்கு அது பதிலளிக்க வேண்டும். ‘‘முதலாவது, மொழி பெயர்ப்பினை வாசிக்கையில், மூல ஆசிரியரையும் அவரது நூலையும் வாசிக்குமாறு உங்களை உந்துகின்றதா? இரண்டாவதாக, அது மொழிபெயர்ப்பு என்பதை மறந்து, நீங்கள் வாசிக்கின்ற புனைவில் / கவிதையில் ஈடுபட்டு விடுகிறீர்களா? ஒரு விதத்தில் இவ்விரண்டும் எதிர்த்திசைகளில் நகரும் – ஒன்று அசலை நோக்கியும் மற்றது மொழியாக்கத்தின் இறுதி விளைவை நோக்கியும்.’’

(64) ‘‘நவநீத தேவ்சென் என்னும் வங்காளப் பேராசிரியர் சிறந்த கவிஞரும் கூட நிறைய எழுதியிருப்பவர் புனைவு – அபுனைவு சார்ந்து. என்றாலும் தன்னை ஒரு கவிஞராகப் பிரதானமாக உணர்ந்து, கவிஞரின் பார்வை நிலையிலிருந்து உலகை நோக்குவதாயும் எழுதுவதாயும் குறிப்பிடுபவர். 75 வயதாகும் நிலையில் அவருக்குப்

பரிசளிக்க அவரின் கவிதைகளிலிருந்து ஆங்கிலத்திற்கு மொழியாக்கம், செய்து, இருமொழிப் பதிப்பாக அதனைக் கொண்டு வருகிறார் மகள் நந்தனா தேவ் சென். நந்தனா ஹார்வர்ட் பல்கலையில் பேராசிரியர். அவற்றில் ஒரு கவிதை கழைக் கூத்தாடியைப் பற்றியது. மொழிபெயர்க்கையில் இப்பாத்திரத்தை ஆங்கிலத்தில் ஆணாகக் கொண்டு வருவதா பெண்ணாகக் கொண்டு வருவதா என்ற குழப்பம் நந்தனாவுக்கு, என்றாலும் பெண் பாலினமாகவே காட்டிவிடுகிறார். வங்காள மொழியில் படர்க்கை ஒருமையைச் சுட்டும் போது தமிழில் இருப்பது போல பாலின அடையாளம் இருக்காது. கவிதை எழுதிய அம்மாவிடமும் குழப்பத்தைத் தீர்க்க நாடுகிறார். ''மொழிபெயர்ப்பில் சரி / தவறு இல்லை வார்த்தைகள் தம் உண்மையைப் பேசு மட்டும். ஒவ்வொரு மொழி பெயர்ப்பும் ஒரு விளக்கமே அத்துடன் புதிதாய்ப பிறந்த பிரதியே'' என்கிறார் அம்மா.

தான் வங்காளியில் எழுதியபோது பாலினம் பற்றி எண்ணவில்லை. என்னைப் பொறுத்தவரை அது ஒரு கவிஞனின் நாசூக்கான சமநிலைப்படுத்தும் செயல்பாடு. ஒருவார்த்தை அதிகரிக்கையில் அல்லது ஒரு வாக்கியம் அதிக நீளமாகி விடுகையில் விறைப்பான கயிறிலிருந்து தடுமாறச் செய்து விடும் என்று மேலும் விளக்குகிறார்.

தன் மகள் ஒரு பெண்ணியக் கவிதையாக மொழியாக்கம் செய்திருப்பது அழகாயிருக்கிறது என்று பாராட்டுகிறார்.

மொழிபெயர்ப்பு குறித்து விவாதிக்கையில் அடுக்கடுக்காக கேள்விகளை முன் வைப்பவர் நவநீத தேவ் சென்;

''மொழியாக்கத்தில் நீங்கள் முன்னுரிமையளிப்பது விஷயத்திற்கா / ஆன்மாவிற்கா? அது நேர்மொழிபெயர்ப்பாக விசுவாசம் கொண்டிருக்க வேண்டுமா சுதந்திரமான வடிவம் கொண்டிருக்க வேண்டுமா? ஓர் எழுத்தாளரின் சம்பிரதாயத்தை மீறிய தொடர்களை இலக்கணப் பிரயோகத்தை இன்னொரு மொழியில்

எப்படித் தருவீர்கள்? சடங்கு– சம்பிரதாயங்களை, பேச்சு வழக்கு மரபுத் தொடர்களை எப்படி அணுகுகிறீர்கள்? வரலாறு இலக்கியம் சார்ந்த குறிப்புகளை விளக்குகிறீர்களா? மூலமொழியின் யாப்புவடிவம், இறுதி ஒத்தியைபு, பிரிவுகள் பிளவுகள் அப்படியே தக்க வைத்து விடுகின்றீர்களா?''

ஒவ்வொரு மொழிபெயர்ப்பாளரும் இக்கேள்விகளை விவாதித்து தனக்கென்று / சூழலுக்கென்று பொருத்தமான பதில்களை மேற்கொள்ள வேண்டும். இக்கேள்விகளுக்கு அனைவருக்கும் பொருந்தும்படியான ஒத்த நிலையில் பதில்கள் இருக்காது.

(65) சர்வதேச மொழிபெயர்ப்பு தினத்தை யொட்டி ஆகஸ்டு **2022** இல் சிம்லாவில் சாகித்திய அக்காதெமி ஏற்பாடு செய்திருந்த நிகழ்வில் மொழிபெயர்ப்பாளர் என். கல்யாணராமன் தன் உரையில் ஓர் அம்சத்தை விவாதிக்கிறார் மொழிபெயர்ப்புக்கு என சமூகப்பங்கு இருக்கிறதா? மொழி பெயர்ப்பு பண்பாடுகளை ஒன்றுபடுத்துமா? என்பது இதன் துணைக் கேள்வி. நான்கு வெவ்வேறு நிகழ்வுகளை எடுத்துக்காட்டி தன் கேள்வியை விளக்குகிறார்.

கம்பஇராமாயணம் **12** ஆம் நூற்றாண்டிலும் மகாபாரதம் **14** ஆம் நூற்றாண்டிலும் மறு எழுத்தமாக தமிழில் உருவாவது. அதுவரை புரோகித வகுப்பாளருக்கு உரியதாயிருந்த இப்பிரதிகளை தமிழர்கள் தம்முடையதாக்கிக் கொள்கின்றனர். மிகப்பெரிய இதிகசாப் பண்பாட்டில் பரந்துப்பட தமிழ்ச் சமுகத்தினர் எழுச்சியுடன் பங்கேற்க இது துணை புரிகிறது. மறு புறத்தே, ஏற்றத்தாழ்வும் சுரண்டலும் மலிந்திருந்த அதிகாரக் கட்டமைப்புக்குள் அடித்தள மக்களின் உணர்வார்ந்த ஒன்றிணைவுக்கு இது துணைபுரிந்திருக்கும்.

இரண்டாவது, பஞ்சாபி, ராஜஸ்தானி, குஜராத்தி, கட்சி உள்ளிட்ட மொழிகளில் 'கபீர்' என்னும் **15** ஆம் நூற்றாண்டுக் கவிஞரின் பாடல்களை மொழிபெயர்த்தது. இச்செய்யுள்களின் செல்வாக்கும் குருகிரந்த் சாகிப்பில் சேர்க்கப்பட்டிருப்பதும். வெவ்வேறு

மார்க்கங்களைச் சேர்ந்த சாதாரண மக்களிடையே இணக்கமான வாழ்தலை இன்றைக்கும் சாத்தியப் படுத்துகிறது. வட இந்திய வரலாற்றின் குறிப்பிட்ட தருணத்தில் மேற்கொள்ளப்பட்ட இம்முயற்சி சகவாழ்வினை முன்னெடுத்தது.

மூன்றாவது, 17 ஆம் நூற்றாண்டின் ஆரம்பத்தில் இங்கிலாந்தில் மேற்கொள்ளப்பட்ட பைபிள் மொழியாக்கம். இப் புது மொழியாக்கம் புதுப்பிக்கப்பட்ட ஆற்றலையும், செல்வாக்கையும் ஆங்கிலேயரிடையே கொண்டு வந்தது.

நான்காவது, இருபதாம் நூற்றாண்டின் முதற்பாதியில், ஆங்கிலத்திலும் இந்தியாவின் பிரதான மொழிகளிலும் உள்ள இலக்கிய அரசியல் பிரதிகளை, வேறுமொழிகளில் மொழியாக்கம் செய்தது. சுதந்திரப் போராட்ட இயக்கத்தின் பெரிதும் உயர் சாதித் தலைமையால் முன்னிறுத்தப்பட்ட இவை, இந்திய மக்களிடையே தேசியவாத உணர்வுகளை முன்னெடுத்துச் செல்லவும் இந்து சமூகத்தில் சீர்திருத்தத்திற்கான தேவையை அழுத்திக் கூறவும் உதவின.

கபீர் கவிதைகளைப் பொறுத்தவரை, பெரிதும் அடித்தட்டு இயக்கங்களால் மொழியாக்கமும் பரவலும் மேற்கொள்ளப்பட்டன.

(66) அனிதா தேசாய் இந்திய – ஆங்கில எழுத்தாளர்களில் ஒருவர். அமெரிக்காவில் வசிப்பவர். மகள் கிரண் தேசாய் புக்கர் விருது பெற்றவர். Translate or Translated என்றொரு சிறுகதை எழுதியுள்ளார்.

அறியப்படாதுள்ள ஒடிய மொழி எழுத்தாளர் சுவர்ணாதேவியின் கதைகளை மொழிபெயர்க்கிறார் பிரேமா என்னும் ஆங்கில ஆசிரியை. அது தொகுப்பாக ஆங்கிலத்தில் வெளிவந்ததும் நல்ல வரவேற்பு. சுவர்ணாதேவி பரவலாக கவனத்திற்குள்ளாகிறார். இந்த உற்சாகத்தில், இரண்டாவது புனைவை ஆங்கிலத்தில் மொழிப்பெயர்க்கத் தீர்மானிக்கிறார். முழுவீச்சில் மொழிபெயர்ப்பை மேற்கொள்ளும் எண்ணம் மேலோங்க, ஆங்கில ஆசிரியைப் பணியிலிருந்து

விலகுகிறார். இப்போது சுவர்ணாதேவியின் ஒடியமொழி எழுத்து சில இடங்களில் துல்லியமின்றி இருக்கின்றது. துல்லியப்படுத்துகிறார்.; சில இடங்கள் தெளிவின்றி ஊடாட்டம் கொள்ளும் போது தெளிவு படுத்துகிறார்; வேறு சில இடங்களில் ஒட்டு மொத்த பத்திகளே சரியின்றி இருக்க, அப்படியே நீக்கி விடுகிறார். மொழிபெயர்ப்பை முடித்து வெளியீட்டாளருக்கு அனுப்புகிறார். சுவர்ணாதேவியும் குடும்பத்தினரும் அம்மொழிபெயர்ப்பை ஏற்கவில்லை என்பதால், அதனை வெளியிட முடியாது என நிராகரித்து விடுகிறார் வெளியீட்டாளர்.

இப்போது பிரேமாவை எதிர்நோக்கியருப்பது “வெறுமையான, வெளிச்சமற்ற பாதை?” சுவர்ணாதேவி வழமையாக கிராமத்தில் இருந்தபடி எழுதிக் கொண்டிருக்கிறார். ஆனால் மொழிபெயர்ப்பை விட்டு விட்டு, ஆங்கிலத்தில் புனைவெழுதத் தொடங்கும் பிரேமாவின் எழுத்தில், சுவர்ணாதேவியின் குரலே வெளிப்படுகிறது.

அனிதா தேசாய் மொழிபெயர்ப்பாளரின் சிக்கலை உணர்த்துகிறாரா? மொழிபெயர்ப்பாளனுக்காகப் பரிதாப்படுகிறாரா?

The End of the Story யில் லிடியா டேவிஸ் எழுத்துக்கும் மொழியாக்கத்திற்கும் இடையிலான வித்தியாசத்தை உணர்த்துகிறார். அதன் முதன்மைப் பாத்திரமான பெண் சிறிய ஆனால் சிரமமான நூலொன்றை மொழிபெயர்க்கின்றார். முறிந்து போன ஒரு காதலைப் பற்றிய புனைவையும் எழுத சிரமப்படுகிறார். உண்மையைச் சற்று நகரச் செய்தும் தற்செயலாக சில இடங்களிலும், மற்ற இடங்களில் திட்ட மிட்டேயும் கதையை நகர்த்துவதால் அப்புனைவு சரியாகப் போகவில்லை. சம்பவங்களை மிக ஏற்கும் படியாக அல்லது ரசிக்கத்தக்கதாக அல்லது மோசமாக நடந்துகொண்ட தருணங்களை அல்லது மகிழ்ச்சியின்றி / சலிப்புடன் இருந்த வேளைகளைத் தவிர்த்திட, அவற்றை மாற்றியமைக்கிறார். இது புனைவைப் பலவீனப்படுத்தி, தன்னையே வெறுக்க வைக்கிறார். இது சுயசரித நாவல் என்பதால். மாறாக,

சவால்மிக்க அம்மொழிபெயர்ப்பு பணி தப்பித்தலாக உள்ளது. அது ஒரு விளையாட்டாக, தீர்க்கப்பட வேண்டிய பிரச்சனையாக, தன்னை வசீகரித்து விடுவதாக இருக்கிறது. மொழிபெயர்ப்பு பிரச்சனை தீர்க்க முடியாமல் சிக்கலாகும்போது மனம் மீண்டும் மீண்டும் அதனுடன் மோதும் அது சுதந்திரமாக மிதக்கும் வரை.

(67) மற்ற மொழிபெயர்பாளர்களிடம் கறார்தன்மையுடன் சட்டாம்பிள்ளை போல நடந்து கொண்ட **நபக்கோவ், புஷ்கினின்** Evgeni Onegin கவிதை நூலை ஆங்கிலத்தில் மொழிபெயர்த்துள்ளார். ஏற்கனவே செய்யப்பட்டுள்ள ஆங்கில மொழி பெயர்ப்பு பல தவறுகளுடைய சரியில்லாத மொழிபெயர்ப்பு என்பதால்தான் மொழிபெயர்க்க நேர்ந்தது என்று கூறியுள்ளார்.

“இம்மொழிபெயர்ப்பு எப்படி இருக்கிறது?” என்று ஒரு மதிப்புரையாளர் நியூயார்க்புக் ரிவ்யூவில் எழுதினார். அவர் எட்மண்ட் வில்சன். நபக்கோவின் நீண்டகால நண்பர்.

தன்னுடைய ஒவ்வொரு எழுத்தும் தனித்துவமானது, ஈடிணையற்றது என்று பெருமிதப்பட்டுக் கொள்ளும் நபர்கோவின இந்நூல் சில விதங்களில் மதிப்பு மிக்கதாயினும் ஒருவித ஏமாற்றம் தருவதே என்கிறார் வில்சன்.

முதல் மொழிபெயர்ப்பாளர் **பேரா. ஆரெண்ட்** மூலத்தின் செய்யுள் வடிவில் (iambic tetrameter) நுணுக்கமான பத்திகளாக மொழிபெயர்த்துள்ளார்.

இதில் சரியாகப்பொருள் விளக்கம் கிடைக்கவில்லை என்றெண்ணிய **நபகோவ்,** இயாம்பிக் செய்யுள் வடிவில் தொடங்கி உரைநடைக்கு தாவி விடுவார். இதன் விளைவு நாசகரமாயுள்ளது. இம்மொழி அருவருப்பானதாக வழுக்கையானதாக இருக்கிறது. இதற்கும் புஷ்கின் மொழிக்கும் எந்த நெருக்கமும் இல்லை.

அடுத்து மூலத்திற்கு நெருக்கமாக இந்த ஆங்கிலம் இருக்க வேண்டுமென்று பரிச்சயமற்ற, காலாவதியான ஆங்கிலச் சொற்களைப் பயன்படுத்துகிறார். ஆங்கில அகராதியைப் புரட்டி பொருள் அறிந்து கொள்ளும் சிரமத்தை விட, ருஷ்ய மொழியிலேயே கண்டறிந்து விடுவது சிரமம் குறைந்ததாயிருக்கும் என்று பரிகசிக்கிறார் **வில்சன்**. அது அடையாளங்களைக் கூடிய ஆங்கிலமாக, மரபுத் தொடர் சார்ந்த பிரயோகமாக இல்லை என்பதுதான் வில்சனின் ஆட்சேபணை.

(68) எமிலி டிக்கின்ஸனின் தேர்ந்தெடுத்த சில கவிதைகளைத் தமிழில் தந்துள்ளார் எஸ்.ரமேஷ். ஆண்டாள் பாசுரங்களில் கொண்டுள்ள ஈடுபாட்டின் அளவுக்கு **டிக்கின்ஸனின்** கவிதைகளில் திளைக்கக் கூடியவர். இத்தகைய வேட்கை மொழியாக்கத்தில் ஆழுங்களைத் தொட வைக்கும்.

“இம்மொழிபெயர்ப்பு எமிலி டிக்கின்ஸனைப் புரிந்து கொள்ளும் முயற்சி. அதன் மூலமாய் ஆண்டாளைப் புரிந்து கொள்ள வழி. அல்லது ஆண்டாளைப் புரிந்து கொண்டுவிட்டு, எமிலி டிக்கின்சனை வாசிப்பது இரண்டும் ஒன்றே....!” என்று தன் அணுகுமுறையைத் தெளிவுபடுத்தி விடுகிறார். எஸ். ரமேஷ்.

1861 இல் எழுதப்பட்ட எமிலியின் ஒரு கவிதை எஸ்.ரமேஷின் மொழிபெயர்ப்பில்;

“அது ஒரு பவித்திரத்தன்மை எனச் சொல்வேன். ஒரு பெண் வெண் வஸ்திரம் தரிக்க ஸ்வாமி என்னை தகுதியானவளாய்க் கருதினால் ..... அது என் அப்பழுக்கற்ற மாயை”

எமிலியிடமுள்ள பூடகத் தன்மையின் அடுக்குகள் அப்படியே இந்நான்கு வரிகளில் வந்துவிடுகிறது. ஆனால் ரமேஷ் ஆண்டாளுக்கு நெருக்கமாக எமிலியை நிறுத்திவிடும் ஆசையில் / ஆர்வத்தில் “ஸ்வாமி” என்று எமிலியை விளிக்க வைக்கிறார். அதுசரியா? பொருத்துமா? பொதுவாக எமிலி, கிறித்துவத்தின் இறையியலை / வழிபாட்டை ஒதுக்கிவிட்டு. எமர்ஸனின் Transcen dalism இல் ஈடுபாடு

கொண்டவர். ஏசு என்று கூட ஓரித்திலும் குறிப்பிட்டதில்லை. He என்று மட்டுமே சொல்லுவார். அது இறையாகவும் இருக்கலாம், நண்பனாகவும் இருக்கலாம், காதலனாகவும் இருக்கலாம். எனவேதான் இச்சந்தேகம் இங்கே.

(69) எரிகா ஜான்ஸன் டெபெல்ஜக் என்னும் ஸ்லோவேனிய மொழிபெயர்ப்பாளர் நியூயார்க்கிலிருந்து விமானம் மூலம் ரோமின் **பியஸ்ஸா நவோனா** சென்று காத்திருக்கிறார். காதலனைச் சந்திக்க. காதலன் அலெஸ் ஸ்லோவேனியாவிலிருந்து ரயில் மூலம் அங்கு வந்து சேரவேண்டும். காத்திருக்கும் வேளையில் செக்நாட்டு எழுத்தாளர் **மிலன் குந்தேராவின்** Immortality நாவலின் ஆங்கில மொழிபெயர்ப்பை வாசித்துக் கொண்டிருக்கிறார். வாசிப்பில் ஆழ்ந்துள்ள வேளையில், அங்கு வந்து சேரும் அலெஸ் காதலியை திடீரென முத்தமிட நெருங்குகையில் அவள் வாசித்துக் கொண்டிருந்த நூலின் தலைப்பைப் பார்த்துக் குறுகுறுப்படைகிறான். காரணம் அவனது முதுகுப் பையிலும் அந்நாவலின் மொழிபெயர்ப்பு பிரதி இருக்கிறது.

இருவரும் மொழிபெயர்ப்பு பிரதிகளை வாசித்துக் கொண்டிருக்கின்றனர். குண்டேரா செக் நாட்டவர். "எனவேதான் அவரை நான் வாசித்துக் கொண்டிருக்கிறேன்.... உன்னுடனும் உன் உலகத்துடனும் நெருங்கிவரும் பொருட்டு" என்று தனக்குள் சொல்லிக் கொள்கிறார் எரிகா ஜான்ஸன்.

காதலர்களான இவர்கள் வாசித்துக் கொண்டிருந்ததும் ஒரு காதல்கதை.

எரிகா பின்னர் ஸ்வோவேனிய மொழிபெயர்ப்பாகிறார் என்பதுதான் சுவையானது. "மொழிபெயர்ப்பு அந்நியமானதைப் புரிந்து கொள்ளச் செய்கிறது என்பதால் தப்பிக்க முடியாதபடி அரசியல் தன்மை உடையது" என்று தொடங்குகிறார் தன் அணுகு முறையை.

“கச்சிதமானதும் ஆட்சேபிக்க முடியாததும் இடப்பெயர்ச்சி செய்யமுடியாததுமான மொழியாக்கம் பெரிதும் சிரமமிக்கது” என்றாலும் சாத்தியமானதே என்பார். சாத்தியமின்மையாகத் தோன்றச் செய்வதில் அடிப்படைக் காரணி;

“வெவ்வெறு நிலப்பரப்புகளில் வெவ்வேறு அனுபவங்களினூடாக மொழிகள் உருக் கொள்வதால், அவற்றின் பொருத்தமின்மை இயற்கையானதே. ஸ்பானியன் Bosque (காடு) என்றழைப்பதும் ஜெர்மானியன் Wald என்றழைப்பதும் ஒன்றே என்றெண்ணுவது தவறுதான். அகராதிகள் ஒன்றென்று விளக்கலாம். பண்பாட்டு யதார்த்தங்களுக்கிடையே அனுபவம் சார்ந்த இணக்கமற்ற நிரடல் உள்ளது.” (ஜோஸ் ஆர்ரடகா ஓய் காஸ்ஸெட்)

“மொழிபெயர்ப்பாளர் முடிந்த அளவுக்கு எழுத்தாளரை தனித்து விட வேண்டும். வாசகரை எழுத்தாளரை நோக்கி நகர்த்த வேண்டும் அல்லது முடிந்தவரை வாசகரை தனித்து விட வேண்டும்.” எழுத்தாளரை வாசகரை நோக்கி நகர்ந்த வேண்டும் என்னும் ஃபிரெடரிக் ஸ்கிளெயாமார்கரின் சூத்திரம் அவருக்குப் பிடித்தமானது. வாசகரிடம் பிரதியை நகர்த்துவது அந்நியப் பிரதியை உள்ளூர் மயமாக்குவதாகும்; சாராம்சமான அயல் அம்சத்தை அகற்றிவிடும் மூலத்தை நோக்கி வாசகரை நகர்த்துவது.

“அந்நியப்படுத்தலை” பிரதிநிதித்துவம் செய்யும் – அந்நியப் பிரதியின் பண்பாயுள்ள பண்பாட்டு மற்றமையை எடுத்துச் செல்லும்.

இதற்கிடையே “மொழிபெயர்ப்பு வெற்றிகொள்ளலாக இருந்தது” என்னும் **நீட்ஸே** வாசகத்தினை நினைவூட்டுவார். இதிலிருந்து மாறுபட்டுள்ள இன்னொரு வாசகத்தையும் முன் வைப்பார்; மொழியாக்கம் ஒரு பணியல்ல, பணியை நோக்கிய பாதையே.

(70) மொழிபெயர்ப்பில் முரண்பட்ட நிலை மிக்கவர் கவிஞர் எஸ்ரா பவுண்ட். சிக்கலும் சிரமமும் மிக்க சீனத்தின் தொல்கவிதைகளை ஆங்கிலத்தில் தந்த அவர், மொழிபெயர்ப்பு மூலம் அதனைப் பெறுகின்ற மொழியின் மேன்மையை வளத்தை விதந்து பேசுவார்.

"ஆங்கில இலக்கியம் மொழிபெயர்ப்புகள் மூலமே ஊட்டம் பெற்றது. அவற்றின் மூலமே உயிர் தரித்திருக்கிறது. அதனுடைய சொல்வளம், அணிவளம் ஒவ்வொன்றுக்கும் அதனுடைய எழுச்சி ஒவ்வொன்றுக்கும் மொழிபெயர்ப்புகளே தூண்டுதலாக இருந்தன.... மாபெரும் யுகம் என்று சொல்லப்படும் ஒவ்வொரு யுகமும் மொழிபெயர்ப்புகளின் யுகம்தான்"

"தொன்மையான பனுவல்களை அழகான செய்யுள் வடிவிலாக்கும் விக்டோரிய பாணியை ஒதுக்கிவிட்டு, புதுமையாக ஆக்க வேண்டும்!" என்று குரல் கொடுத்தவர் எஸ்ரா பவுண்ட். இந்த அணுகுமுறையில் தன் மொழியாக்கத்தில் எழுச்சியையும் ஆற்றலையும் கொண்டுவர முடிந்துள்ளது. ஆறாம் நூற்றாண்டு சீனக் கவிஞர் **லிபோ** கவிதைகளுக்கும் மறுமலர்ச்சி கால இத்தாலியக் கவிஞர் **கைடோ** காவல்கண்டி கவிதைகளுக்கும் பிரான்ஸின் **டேனியல் அர்நாட்** மற்றும் **பெர்ட்ரான் தெ பார்னின்** கவிதைகளுக்கும் உயிர்ப்பினை அளித்தவர்.

(71) அரசியல் பனுவங்கள் சார்ந்தும், கவிதை நூல்கள் சார்ந்தும் தீவிரமிக்கவற்றை வகீதாவுடன் சேர்ந்தும் தணித்தும் மொழியாக்கம் செய்துள்ள **எஸ்.வி. ராஜதுரை** தனது (தமது) அணுகுமுறையாக முன் வைக்கும் வாசகங்கள் மனங்கொள்ளத் தக்கவை.

"மொழியாக்கம் செய்வது எங்களைப் பொறுத்தவரை மனத்திற்கு நிறைவு தரும். உவகையளிக்கும் ஒரு படைப்புச் செயல். இச்செயலின் காரணமாக எங்கள் அகஉலகம் விரிவடைந்திருக்கிறது. மொழியறிவு வளர்ந்திருக்கிறது; எங்கள் வாழ்க்கை புதிய பரிமாணங்களைப் பெற்றிருக்கிறது. மொழியாக்கத்தால் ஏற்படுவது

சேதாரங்களும் இழப்புகளும் மட்டுமல்ல; சில ஆதாயங்களும்தான். முற்றிலும் வேறுபட்ட பண்பாட்டு வேர்களை இணைப்பதைப் பெரிதும் சார்ந்துள்ளது உலகப் பண்பாடு. இந்த இணைப்புக்கான முக்கியப் பாலமாக விளங்குவது மொழியாக்கம். இந்த இணைப்புப் பாலம் இல்லாவிட்டால் நாம் கிடுகு வேலிக்குள் கிணற்றுத் தவளையாக, கூட்டுப் புழுவாக நிலைத்து நின்று விடுவோம்.''

(72) மார்க்லெஸ், யோசா போன்ற ஸ்பானிய எழுத்தாளர்களை ஆங்கிலத்தில் கொண்டு வந்துள்ள **எடித் கிராஸ்மன்**, ''தீவிரமான தொழில்முறை மொழிபெயர்ப்பாளர்கள் தனிப்பட்ட முறையில், தம்மை எழுத்தாளர்களாக கருதிக் கொள்கின்றனர். அப்படி எண்ணுவது சரியே என நானும் எண்ணுகிறேன்'' என்றொரு சொல்லாடலை முன் வைக்கிறார்.

''நல்ல மொழிபெயர்ப்பாளர் மூலமொழிப் பனுவலின் ஆழ்ந்த புரிதலைப் பெற்றிருக்க வேண்டும். பின்னர் இது இரண்டாம் மொழியின் அந்நிய அமைப்புக்குள் முடிந்த மட்டுக்கும் மறுபடைப்பாக்கம் பெறவேண்டும். மொழிபெயர்ப்பில் ஒரு நூலினை வாசிப்பது, அது மொழிபெயர்ப்பாளரின் வாசிப்பிலிருந்து பெறப்பட்டது. அப்புறம் மொழிபெயர்ப்பாளரின் படைப்பாக இரண்டாம் மொழியில் உள்ளது என்பது கவனத்தில் கொள்ளப்பட்ட வேண்டும். அறுதிச் சாராம்சத்தில் மூலநூலை ஒத்திருக்க முயன்றால், எந்த மொழியாக்கமும் சாத்தியமில்லை'' என்கிறார் வால்டர் பெஞ்சமின்.

நிறைய வாசகர்கள் தாம் வாசிப்பது ஒரு மொழியாக்கம் என்ற கவனமே இல்லாது இருக்கையில் மொழிபெயர்ப்பாளர் யார் என்பதே தெரியாமல் போய்விடும், மொழிபெயர்ப்பின் மதிப்பும் உணரப் படாமல் போய்விடும்.

மேலும் ''மொழிபெயர்ப்பு, மொழிபெயர்ப்பாகவே வாசிக்கப்பட வேண்டும். அதற்கேற்பவே அது மதிப்பீடு செய்து முடிவுகட்டப்பட

வேண்டும்'' என்பதில் கிராஸ்மன் கறாக இருக்கிறார். ''நல்ல மொழிபெயர்ப்பாளர் மூல நூலை ஆழமாக மனங்கொண்டு, அதன் இரண்டாம் வடிவத்தை மூலநூலாசிரியரின் உத்தேசத்திற்கு முடிந்தவரை நெருக்கமாக இருந்திட முயலுகின்றார்– இன்னொரு மொழியில் அது இடம் பெறுகையில் மொழிபெயர்பாளரின் மொழியில்'' என்று மொழிபெயர்ப்பின் நிகழ்வுப் போக்கை கவனப்படுத்துகிறார்.

ஆக, மொழிபெயர்ப்பு தீவிர வாசிப்பு மற்றும் தீவிர மறு எழுத்தாக்கம் என்ற இருபுள்ளிகளிலிருந்து **கிராஸ்மன்** இயங்குவதைப் புரிந்து கொள்ளலாம்.

(73) தமிழ் மொழிபெயர்ப்பில் கணிசமான பங்களிப்பு செய்திருப்பவர் கநாசு. அவ்வப்போது மொழிபெயர்ப்பு சார்ந்த அணுகுமுறைகள், கோட்பாடுகள் குறித்தும் பேசியுள்ளார்.(உ–ம்) ஜார்ஜ ஸ்டீய்னர்.

ஆந்த்ரே ழீட்டின் குறுகிய வழி மொழிபெயர்ப்புக்கான முன்னுரையில், இந்நாவலை மொழிபெயர்ப்பதற்கான குறிப்பான காரணம் என்ன? மொழிபெயர்ப்பில் ஏற்படும் இழப்பு என்ன? என்பது பற்றியெல்லாம் விவாதித்துள்ளார்.

''நாவல் என்றால் என்னென்ன இலக்கணங்கள் அவசியம்'' என்று பண்டிதர்கள் சொல்லுகிறார்களோ, அத்தனை இலக்கணங் களையும் மீறி ஒரு அற்புதமான நாவலை நமக்குச் சிருஷ்டித்துத் தந்திருக்கிறார் ஆந்த்ரே ழீடு.....

''பிரெஞ்சு நாவல் உலகத்திலே உருவத்துக்கும், நடைக்கும் சிறப்பான முக்கியத்துவம் உண்டு. உருவத்திலும், நடையிலும் 'குறுகியவழி' எனும் இந்நாவல் மிகவும் சிறப்பானது. ஒரு எளிய காதல் கதையைப் பல கோணங்களில் நின்று நிறுத்தி அழகாக நடத்தி நமக்குத் தந்திருக்கிறார். ஆசிரியர் **ஸ்டெந்தால், பால்ஸாக், ஃப்ளாபர்** முதலிய மேதைகளின் நாவல்களுக்கு ஈடானதொரு

நாவலாக அமைந்து விட்டது. இத் தமிழ்மொழி பெயர்ப்பு வெளிவருவதென்பது தமிழர்கள் செய்த பாக்கியம் என்றுதான் சொல்ல வேண்டும்.

"...ரீடின் நடையை மொழிபெயர்ப்பது மிகவும் சிரமமான காரியம். அந்தச் சிரமமான காரியத்தை எனக்கு எட்டிய வரையில் செய்ய முயன்றிருக்கிறேன். எந்த இலக்கிய மொழிபெயர்ப்புமே ஒரு அளவில் குறிக்கோளை எட்ட முடியாதுதான்.... ரீடின் இந்த நாவலில் உள்ளது பூராவும் என் மொழிபெயர்ப்பில் வந்திருக்க முடியாது என்று எனக்கு நிச்சயமாகத் தெரியும். ரீடின் சிந்தனைகளையும் கலையையும் ஓரளவுக்குக் காட்டியிருக்கிறேன். என்கிற நம்பிக்கை எனக்குண்டு..."

74. சிறந்த பத்திரிகையாளரும் பத்தியாளருமான என்.எஸ். ஜகந்நாதன் 'விடியுமா?' என்னும் **சதீநாத் பாதுரி**யின் வங்க நாவலை தமிழாக்கம் செய்துள்ளார். தனது தாய்மொழியின் கலாசார நாளங்களிலிருந்து தனது சிறப்புகளைப் பெறும் ஒரு கதை, தனது ஆத்ம சொரூபத்தை சுலபமாக மற்றொரு மொழிக்கு விட்டுக் கொடுக்காது என்கிறார். அப்படியானால் மொழிபெயர்ப்பாளன் இச்சவாலை எப்படிச் சந்திக்கிறான்?

அவரே விளக்குகிறார்;

"மொழிபெயர்ப்புகளை மூலத்தின் துல்லியமான பிரதிபிம்பமாகக் கொள்ளாது ஒரு புதிய படைப்பாகக் கொள்ள வேண்டும்." இது தொடர்பாக இன்னொரு கருத்திழையை அலெக்ஸாண்டர் ஃப்ரேஸர் டைட்லர் முன்வைக்கிறார்.

சாதாரண மொழிபெயர்ப்பாளர் மூலத்தின் ஆற்றலின் கீழ் மூழ்கிப் போகிறான்; மேதைமை மிக்கவன் அடிக்கடி அதன் மீது உயர்ந்து நிற்கிறான்.

(75) ஜெர்மனியில் அப்போது மொழிபெயர்க்கப்பட்டு வந்தவை குறித்து இரு அபிப்பிராயங்களை கதே முன்வைத்தார். "நமது

மிகச்சிறந்த மொழிபெயர்ப்புகள் கூடத் தவறான அடிப்படையிலிருந்து மேற்கொள்ளப்படுகின்றன. ஜெர்மானிய மொழியை, இந்தியாக, கிரேக்கமாக, ஆங்கிலமாக, மாற்றுவதற்கு மாறாக, இந்தியை, கிரேக்கத்தை, ஆங்கிலத்தை, ஜெர்மானிய மொழியாக மாற்ற விரும்புகின்றன.... மொழிபெயர்ப்பாளர் அந்நியமொழி வாயிலாக தன்மொழியை விரிவாக்க வேண்டும். ஆழப்படுத்த வேண்டும்''.

(76) கோட்பாடு சார்ந்து மொழிபெயர்ப்பை அணுகுகையில், மொழிபெயர்ப்பில் பிரதான பங்கு வகிப்பது மொழியில் ஆளுமை. மொழியின் செயல்பாடுகளாக **மௌனின்** என்னும் ஆய்வாளர் குறிப்பிடுபவை .

I. குறைந்த பட்ச சமூக தொடர்புறுத்தல்.

II. சிந்தனையை விரிவாக்குதல்.

III. உணர்வோட்டமான விழுமியங்களை வெளிப்படுத்தல்.

IV. அழகியல் பணி.

(77) எழுத்தாளரும் மொழிபெயர்ப்பாளரும் ஆன லில்லி மெயெர், மொழியாக்கம் மறு எழுத்தாக்கமாகும் நிகழ்வுப் போக்கை விவரிக்கிறார்... ''மொழியாக்கம் மறு எழுத்தாக்கம்தானே. குறிப்பாக அது உள்ளடக்கத்தை விடவும் பாணியை நோக்கிய மறு எழுத்தாக்க வடிவம்.. ஆம், இரண்டும் பின்னிப் பிணைந்தவை, ஆனால் ஓர் எல்லை வரையே. எழுத்துக்கும், மொழியாக்கத்திற்கும் இடையிலான அடிப்படை வித்தியாசம், எழுத்தில் நான் எழுதும் ஒவ்வோர் அடுக்கையும் செறிவுபடுத்த வேண்டும், மொழியாக்கத்தில் அவ்வளவு தேவையில்லை. நான் விரும்புவது போல நடந்து கொள்ளாத பாத்திரத்தை நான் எழுதினால், அது எனது பிரச்சனை; நான் அதனை சரிசெய்ய வேண்டும். மொழிபெயர்ப்பில், நான் விரும்பாத தெரிவுகளை ஒரு பாத்திரம் மேற்கொண்டால், அதுமோசமானது. மூல ஆசிரியர் எனக்கு அளித்திட்டபடி அப்பாத்திரத்தை மறு உருவாக்கம் செய்வதே என் வேலை. துல்லியமும் மேலோட்டமான கச்சிதமும் இருந்தால் போதும்''

(78) பிரக்ஞையில் படியும் தன்மையிலிருந்து யதார்த்தத்தில் தென்படுவதற்குமிடையிலான பெரிய வித்தியாசத்திலிருந்து, மொழிகளுக்கிடையிலான பல்வேறு அம்சங்களைக் கடந்து ஒரு நிகழ்வுப் போக்கிற்குள்ளாகும் மொழிபெயர்ப்பின் ஒட்டு மொத்தமான பரிமாணங்களை எடுத்துக் காட்டுவது போன்ற பார்வையை **எட்மண்ட் ஹஸ்ஸரெல்** தருகின்றார்.

"பிரக்ஞை மற்றும் யதார்த்தத்தின் அர்த்தங்களுக்கிடையே மெய்மையான அதலபாதாளம் இருக்கின்றது. மொழிபெயர்ப்பாளரின் உலகம், உலகியல் சாராத உறவுகள், கருத்தமைவுகளுடனான உறவின் மீதமைந்த, இயற்பியலற்ற அனுபவங்களின் உலகமாகும். இப்பரிச்சயம் மொழிபெயர்ப்பாளருக்கு, உயர்ந்த நிலையிலான சூக்குமத்திறனை அடையவும், மேற்பரப்பில் புலப்படாத உறவுகளை உள்ளுணர்வு வாயிலாக அறிந்து கொள்ளவும் துணை நிற்கின்றது. ஆவி ரூபங்களிலான உறவு நிலைகள் ஆகாய வெளியில் அநேகமாக புலப்படாதபடி உலவுகின்றன; அவற்றை அடையாளங்கண்டு, கைப்பற்றி, நிற்கவைத்து, அப்புறம் அடிப்படையில் நொறுக்கி விட்டு, இலக்குமொழியில் சமவடிவில் மாற்றி அமைப்பது நமது பணியாகும்."

(79) GB Language Consulting in Newyork அமைப்பின் கொள்கையாகவே இக்குறிப்பு அமைகிறது.

"மொழியாக்கம் ஒரு மொழியிலிருத்து இன்னொன்றிற்கு, பிரித்து விடக்கூடிய அர்த்தத்தை இடமாற்றுவது அல்ல. அது இருமொழிகளுக் கிடையிலான வெளியில் நிகழ்கிறது. பெரிதும் இரு வரலாற்றுத் தருணங்களுக்குகிடையில். 'ஒரு கலை' என்ற அளவில் மொழிபெயர்ப்பின் உண்மை மதிப்பு அத் தனித்துவ நிலையிலிருந்து வருகின்றது. அது பிரத்யேகமாக வருகையின் மொழியோ, பத்திரப்படுத்த வேண்டிய மொழிபெயர்ப்பாளர் – வாசகரின் காலமோ அல்ல. 'போரும் சமாதானமும்' நாவலைப் பொறுத்தவரை, நாம்

வாசித்துக் கொண்டிருப்பது 19 ஆம் நூற்றாண்டின் ஒரு நாவல்; ஆங்கிலத்தில் நேற்று எழுதப்பட்டதாக அதனை வாசிக்கலாகாது.''

''இயற்கையாகவே மொழியாக்கம் இரு மொழிகளுக்கிடையிலான ஒரு பாவம், குறிப்பிட்ட ஒரு மொழியின் இலக்கியம் தொடர்பாக, மொழி பெயர்ப்பு பிரச்சனையை நாம் பேசுவதானால், ஒட்டு மொத்த நிகழ்வுப்போக்கு என்பதை விடவும், ஓர் ஆரம்பத்தை / முடிவை மட்டுமே விவாதிப்பதாகத் தோன்றும்.''

மொழியாக்கம் பண்பாடுகளுக்கிடையான பாலம்

(80) அமெரிக்காவில் வெளியாகும் நூல்களில் மூன்று சதமே மொழிபெயர்ப்புகள்; அதுவும் புனைவைப் பொறுத்து இன்னும் குறைவானதே. எதனால் இந்நிலைமை? என்ற **அன்னா கிளார்க்கின் வினாவுக்கு ரிச்சர்ட்பிவியர் லாரிஸ்லா வோலோகோன்ஸ்கியின் விடை;**

''ஐரோப்பாவில் இந்த விகிதம் மிகப் பெரிது. ஜெர்மனியில் 12% பிரான்ஸில் 15% ஸ்பெய்னில் 24% ஏனெனில் ஐரோப்பா சிறியது, நாடுகள் சேர்ந்த ஒரு குடும்பம் போன்றது, – கடந்த காலத்து யுத்தங்கள் தற்போதைய போட்டி பொறாமைகளை மீறியும். ஆக மொழிபெயர்ப்பு இயற்கையாக வந்து விடுகிறது, அடுத்த அறையில் நடக்கும் உரையாடலை ஒட்டுக் கேட்பதைப் போல, மிகப்பெரிய நாடான ரஷ்யா, இலக்கிய மொழியாக்கத்திற்கு எப்போதும் பெரும் முக்கியத்துவம் அளித்துள்ளது; பல அற்புதமான மொழிபெயர்ப்பாளர்களைத் தந்துள்ளது.''

''அமெரிக்காவில் நிலவுவது குறுகிய மனப்பான்மையா? மற்ற இடங்களில் நிகழ்வது குறித்து ஆர்வமின்மையா?.....பிரிட்டனிலும் இதே நிலைமைதான். அது, ஆங்கிலத்திற்கே உரிய மொழியியல் குறுகிய மனப்பான்மையே; மேலாதிக்கத்தின் மொழிபேசுவோர், சுற்றி நிகழும் பிதற்றல்களை ஏன் கவனிக்க வேண்டும்? அது சந்தை சார்ந்த,

சந்தைப்படுத்துதல் சார்ந்ததாயும் இருக்க முடியும், அமெரிக்கர் நிறைய குப்பைகளை வாசிக்கின்றனர். வெளியீட்டாளர்களால் கடமை உணர்வுடன் அவர்களுக்குத் தரப்படுகின்றன.”

ஆதாரங்கள்

1. மொழிபெயர்ப்பு (பெயர்ச்சி) பிரச்னைகள் / என்.எஸ். ஜகந்நாதன் / கணையாழி டிசம்பர் 1992.
2. மொழிபெயர்ப்பு ஒரு கலை / என். எஸ். ஜகந்நாதன் / கணையாழி ஏப்ரல் 1996.
3. Post – Colonial Translation – Theory and practice / Ed by Susan Bassnelt and Harish Trivedi / Routledge, 1999
4. Translation History culture / Ed by Andre Lefevere / Routledge, 1992.
5. At the Heart of France, an unchanging “Terroir” / Roger cohen / Deccan Chronicle – 8 Sep 2005.
6. Spivak – Outside in the Teaching \machine / Routledge, 1993 (2012).
7. மொழியாக்கமெனும் படைப்புக்கலை / க. பஞ்சாங்கம் / திசை எட்டும் / ஜீலை செப். 2012.
8. எனக்கு விருப்பமில்லாததை பெயர்ப்பதில்லை / கவிஞர் / புவியரசு / திசைஎட்டும் / அக் டிசம்பர் 2007.
9. குப்பன் பித்தலாட்டங்கள் / மோலியேர் / சந்தியா பதிப்பகம், 2003.
10. ‘Sometimes wonder why I Translate….? / Translator Sasha Dugdale / Anita Gopalan / Scroll.in.
11. Which is a Great Translation / Scroll.in.

12. An Interview with Dr. Mutlu Konuk……./ Maria Eliades / Pshares. Org.

13. An Interview with Erin Moure on Translation / Blong. Pshares. Org / Rob Melennan.

14. The Break of Dawn / Khan Mahboob Tarzi / Tr By Alikhan mahboob / Penguin – Scroll.in

15. Storytelling In indo- Persian Literary Traditions / Aqsa Ijaz Pasha Mohammad Khan & Tony K.Stewart.

16. Writer Chudamani's Women come alive on Celluloid in Aynthu Unarvual / the Hindu – Septermber 20, 2021.

17. தாவோ தே ஜிங் தாவோயிசத்தின் அடித்தளம் / லாவோ ட்சு / சாரமும் விசாரமும் சந்தியா நடராஜன், சந்தியா பதிப்பகம். 2019.

18. Where I find Myself : on Self – Translation / Jhumpa Lahiri.

19. Jhumpa Lahiri " "I" ve never lived ina place Where I felt completely accepted Emma Aleriei / Sydney Morning Herald. Com.

20. தமிழ்க் கவிதையின் கொடிமரபில் ஒரு மொழியாக்கக் குரல் / எஸ். சண்முகம் / கணையாழி நவ. 2020 குரல்.

21. Aufgabe 13- No 13, 2014 / Litmustpress. Org.

22. Interview – how – We – Translated – shaiduel Zahir / Scroll.in.

23. Aniara / Harry Mrtinson / Tr by Stephen Klass & Leif Sjoberg.

24. I- Don't See translation – as Something – done – for Glory / Scroll.in.

25. லியோடால்ஸ்டாய் ; சிறுகதைகளும் குறுநாவல்களும் / தமிழில்; நா.தர்மராஜன், நியூசெஞ்சுரிபுக்ஹவுஸ், 2010.

26. திருவிவிலியம் (பொது மொழிபெயர்ப்பு) 1995.

27. Jhumpa Lahiri : Why is Italo Calvino So Beloved Outside Italy? / Lithub.com .

28. What Jhumpa Lahiri found in Translation / Moneycontrol.Com
29. Love exists, Love Exists / Wyatt Mason/ Harpers. Org / 2009 /01.
30. Zeenews. India. Com.
31. Firstpost. Com.
32. Indian Literature in Translation / Rek –shanda Jalil /quint. Com
33. Translating My self and others- The Air We Breath / Tess Lewis / Artsfuse. Org.
34. Living Language Living Memory / Ed by Kerstin W shands & Giulia Grillo Mikrut / Eng. Studies (4).
35. Authors are Great Translators are not / Shanta golhale / Scroll.in.
36. Tim porks Interiew / asymptote joural.com
37. The St. jereme Lecture M Licterary Translation / susan sontag / Susansontag. Com.
38. Rachel careau on How translating Roger Lewinbter helped her Translate Colette / Lithub.com.
39. Some say my translation nead Like originals & Originals Like translalions – Aruna Chakravarti / Scroll.in.
40. Indai / John Keay / harper Press / London, 2010.
41. How Sri Aurobindo as a translator, brought Selections from classical literature of India to the World / Amine / Scroll.in.
42. கு.சிவமணி இந்திய அரசமைப்பின் தமிழ்ச்சிற்பி / செல்வபுவியரசன் / உயிர்எழுத்து, செப். 2022.
43. Jhumpa Lahiri on Michad F.Moore's Translation / Lithub. Com

44. Intimations of Ghalib Translation / Raza Rumi / the Fridaytimes. Com.
45. Nandana Devsen on how she translated her mother Nabaneta's roetry – in life and aflex her death / scroll. In
46. What is the Social Note of Translation in contemporary India? can Literary Translation help in National integration? N.Kalyan Raman / Scroll.in.
47. கவிதையும் மொழிபெயர்ப்பும் / சா.தேவதாஸ் / கணையாழி/ அக்டோபர் 2022.
48. The strange case of pashkin and nabokov / edmund willson/ nybooks. com.
49. Gained in translation / Erica Johnson debeliak/ eurozine.com.
50. getting their due/mini kepoor/ the hindumagazine 2509.2022.
51. உயிர் எழுத்து – நவம்பர் 2022
52. குறுகிப வழி / ஆந்த்ரே ழீட்/தமிழில் கநாசு/ சமுதாயம் பப்ளிகேஷன்ஸ், சென்னை, 1986.
52. Beyond, between: Translation, Ghosts, Metaphors / michael Emmerich / Translatiors on Their work and what it means / Ed by Esther allen & SusanBernofsky / columbia uny press, 2013.
53. Richard Pevear & Larissa Volokhnosky Interview / the millions. Com /2009.
54. Is that a Fish in Your Ear? David Bellos / faber and Faber, N.Y.
55. Pw.Org – Responsibilities and Pleasures of Translation / Lily meyer.

56. The Peculiar Perils of Literary aby Translation / paul hond / Magazine, Columbia.Edu.
57. On the Different Methods of Translating / Schleier macher.
58. புதுமைப் பித்தன் மொழிபெயர்ப்புகள் / பதிப்பாசிரியர்; ஆ.இரா. வேங்கடாசலபதி / காலச்சுவடு பதிப்பகம், 2006.
59. கிழக்குவாசல் உதயம் மே 2015/என்னைச் செதுக்கியவர்கள் பொன்னீலன்.
60. மைமோசா / ஜாங் ஜியான்லியாங் / தமிழில் ; சா. தேவதாஸ் அனன்யா, தஞ்சாவூர்.
61. நகுலன் / இரு நீண்ட கவிதைகள் / விருட்சம், 1991.
62. ஜி ஸியான்லின் ; விமர்சன பூர்வ வாழ்க்கை வரலாறு / தமிழில்; சா.தேவதாஸ் / ஆழி வெளியீடு, 2020.
63. Traveller of the Century / Andres Newman – Farrar, Straus and Giroux, 2013.

குறிப்பு